Speak Japanese!

日本人がよく使う日本語会話オノマトペ 180

ぎおんご ・ ぎたいご
基本表現

180 cách nói cơ bản của từ tượng hình tượng thanh (Giongo-Gitaigo) trong hội thoại tiếng Nhật thông dụng

清ルミ 著
Sei Rumi

Jリサーチ出版

　日本語会話では、オノマトペは非常によく使われています。オノマトペを知らないと、日本語として自然な表現にはなりませんし、会話そのものが成り立ちません。

　それほど大切な役割を担うオノマトペですが、残念なことに日本語学習においては教科書に登場する頻度は高くなく、断片的に扱われることが多いのが現状です。

　そこで、本書は、言いたいことを的確に伝えるために重要なオノマトペにスポットライトを当て、基本的な語だけを厳選して取り上げました。全体を４つの大きなパート（「動詞と一緒に使う」「動作や変化の特徴を表す」「ものの状態を表す・強調する」「心の状態を表す」）に分け、さらに使いやすいようにテーマや特徴から小さく分類しました。そして、一つ一つの語を運用面から丁寧に解説しました。解説の日本語レベルはＮ３程度です。ニュアンスを把握していただきやすいよう効果的なイラストも入れ、日本人の使用頻度が高い会話例を出しました。付属の収録音声も、ニュアンスをより一層理解するのに役立てていただけると思います。

　オノマトペを学んで、より自然な日本語を身につけてください。

清ルミ

Từ tượng hình và tượng thanh được sử dụng khá phổ biến trong hội thoại tiếng Nhật. Nếu không biết về từ tượng hình tượng thanh thì khó có thể nói được tiếng Nhật tự nhiên, thậm chí không thể giao tiếp được.

Từ tượng hình tượng thanh có vai trò quan trọng như thế song rất tiếc tần suất được xuất hiện trong sách giáo khoa tiếng Nhật lại không cao, và thường là chỉ được đưa ra một cách rời rạc.

Chính vì thế, cuốn sách này chú trọng vào những từ tượng hình tượng thanh quan trọng để truyền tải chính xác điều muốn nói, và chỉ lựa chọn, đưa ra những từ cơ bản. Toàn bộ từ được chia thành 4 phần lớn bao gồm "Sử dụng cùng động từ", "Diễn tả đặc trưng của động tác và sự thay đổi", "Diễn tả, nhấn mạnh trạng thái", "Diễn đạt trạng thái tâm tư tình cảm",, hơn nữa để người đọc dễ sử dụng, sách còn phân loại nhỏ hơn theo chủ đề và đặc trưng. Ngoài ra, mỗi từ lại được giải thích kĩ càng trong từng bối cảnh sử dụng với tiếng Nhật sử dụng để giải thích ở cấp độ N3. Sách còn đưa vào hình minh họa hiệu quả và mẫu hội thoại người Nhật thường dùng để người học dễ nắm được ý nghĩa. File âm thanh đi kèm cũng sẽ giúp ích hơn trong việc hiểu sâu nghĩa của từ.

Các bạn hãy học từ tượng hình tượng thanh để có thể sử dụng được tiếng Nhật tự nhiên hơn nhé!

Sei Rumi

目次
Mục lục

序章　日本語会話に欠かせないオノマトペ
Chương mở đầu　Từ tượng hình tượng thanh không thể thiếu trong hội thoại tiếng Nhật **13**

PART 1　動詞と一緒に使う
Sử dụng cùng động từ **19**

PART 3　ものの状態を表す・強調する
じょうたい　あらわ　きょうちょう
Diễn tả, nhấn mạnh trạng thái　　85

この本の使い方
Cách sử dụng sách

この本で取り上げたオノマトペは、全部で 180 語あります。

Cuốn sách này giới thiệu 280 từ tượng hình tượng thanh.

取り上げたオノマトペは大きく4つのパートに分け、
さらにペアや小さなグループに分けています。

Những từ tượng hình tượng thanh đưa ra được chia
thành 4 phần lớn và những cặp và nhóm nhỏ.

Part 2 動作や変化の特徴を表す

隠れて　　　　　　　　　　　　　　　　　　　　　　　　Trốn, nấp

37　　　　　　　　　　　　　　　　　　　　　　　　　**28**

ひそひそ
Hisohiso　　　　　　　　　　　　　　　Thì thào, xì xào

周りに聞こえないように小さな声で話す様子。
Cách nói chuyện bằng giọng nhỏ để xung quanh không nghe thấy.

Cấu trúc thường dùng ひそひそV「話す」「言う」「悪口を言う」、ひそひそとV、名詞「ひそひそ話」

Lưu ý 主に、人に聞かれたくない話をするときに使う。
Chủ yếu dùng khi nói chuyện không muốn người khác nghe thấy.

この語を使った表現の基本パターン
を示しています。

Đưa ra những dạng cơ bản của
cách nói có dùng từ này.

基本的な意味を説明しています。

Giải thích ý nghĩa cơ bản của từ.

意味や使う場面を理解するポイントを
示しています。

Đưa ra những điểm chú ý để hiểu
được ý nghĩa và bối cảnh sử dụng từ.

会話またはモノローグの例を２つ紹介しています。
かい わ　　　　　　　　　　　　　　　　　　　　　　れい　　しょうかい

Giới thiệu 2 mẫu hội thoại hoặc lời thoại ví dụ.

1 Ⓐ なに、二人でひそひそ話してるの？
　　　　　　　　ふたり　　　　　　はな
　Ⓑ 別に。なんでもないよ。
　　　べつ

　Ⓐ Nani, futari de hisohiso hanashiteru no?
　Ⓑ Betsuni. Nandemo nai yo.

　Ⓐ Hai người đang thì thào
　　nói chuyện gì đấy?
　Ⓑ Không. Có gì đâu.

2 ★ ひそひそ話さないで、言いたいことが
　　　　　　　　はな　　　　　　　　い
　　あったら、言ってください。
　　　　　　　　い

　★ Hisohiso hanasanaide, ītai koto ga attara,
　　itte kudasai.

　★ Đừng có thì thà thì thào
　　nữa, có gì muốn nói thì
　　cứ nói đi!

Cách dùng khác

❋ 密か(な)　hisoka (na)：âm thầm, lặng lẽ
　ひそ
　例 密かな楽しみ　hisokana tanoshimi：niềm vui âm thầm
　　ひそ　　たの

❋ 単に小さい声で話すときは「小声で（言う、話す）」と言う。
　たん　ちい　　こえ　はな　　　　　　こごえ　　い　　　はな　　　い
　Khi nói bằng giọng nhỏ đơn thuần thì dùng cách nói 「小声で（言う、話す）」.

82

関連する表現などを取り上げ、説明しています。
かんれん　　ひょうげん　　　と　あ　　　せつめい

Đưa ra và giới thiệu những cách nói có liên quan.

音声ダウンロードの方法
Cách tải file âm thanh

STEP 1 商品ページにアクセス！ 方法は次の3通り！
Vào trang chủ của cuốn sách! Làm theo 3 cách sau!

- QRコードを読み取ってアクセス。
  Đọc mã QR để kết nối.

- https://www.jresearch.co.jp/book/b589438.html を入力してアクセス。
  Nhập đường link
  https://www.jresearch.co.jp/book/b589438.html để kết nối.

- Jリサーチ出版のホームページ（https://www.jresearch.co.jp/）にアクセスして、「キーワード」に書籍名を入れて検索。
  Kết nối vào trang chủ của NXB J-Research và tìm kiếm sách bằng "từ chìa khóa"

STEP 2 ページ内にある「音声ダウンロード」ボタンをクリック！
Click vào nút「音声ダウンロード」
có trong trang.

STEP 3 ユーザー名「1001」、パスワード「25281」を入力！
Nhập tên "1001", mật khẩu "25281"

STEP 4 音声の利用方法は2通り！
学習スタイルに合わせた方法でお聴きください！
Có 2 cách để sử dụng file âm thanh!
Hãy nghe theo cách phù hợp với cách học của bạn!

- 「音声ファイル一括ダウンロード」より、ファイルをダウンロードして聴く。
  Nghe bằng file tải từ "音声ファイル一括ダウンロード".

- 「▶」ボタンを押して、その場で再生して聴く。
  Nghe trực tiếp bằng cách nhấn nút ▶.

● 音声ダウンロードについてのお問い合わせ先 ●
Mọi câu hỏi về cách tải file âm thanh hãy liên hệ tới địa chỉ

toiawase@jresearch.co.jp （受付時間：平日9時～18時）

序章◆
日本語会話に欠かせない
オノマトペ

Chương mở đầu ◆
**Từ tượng hình tượng thanh
không thể thiếu trong hội
thoại tiếng Nhật**

ニュアンスが伝わる、感情が伝わる

　日本語では、日常の会話でも文章でも、オノマトペが非常によく使われます。さまざまな場面で、見たもの感じたもの、心に思ったことなどが表現でき、それが相手にストレートに伝わるからです。

　「彼女はにっこりと笑った。彼女の目がキラキラしていて、僕はドキドキしてしまった」。このような文を読めば、「彼女」が上品な美しい人で、「僕」は「彼女」に恋をしているということがすぐわかります。このように、どんな人がどのような状況で何をしているか、長々と言葉で説明しなくても、ニュアンスを正確に伝えるのが、オノマトペです。リズミカルで感情が素直に伝わり、親しみやすいのです。

さまざまな分野、場面で使われる

　日本語のオノマトペの数は、ヨーロッパ言語や中国語の３〜５倍で、１万語以上あると言われています。欧米では、オノマトペは主に子供が使うもので、大人が使うと幼稚で教養がないという印象を与えるようです。しかし、日本語では、医療、スポーツ、美容、広告、漫画など、あらゆる分野で効果的に使われ、認知科学の研究分野でも注目を浴びています。オノマトペが商品名に用いられ、ヒットしたものもたくさんあります。お菓子では「ガリガリ君」「プッチンプリン」、家庭用品では「ゴキブリホイホイ」「ホッカイロ」などがその例です。

自然への関心も多くのオノマトペを生んできた

　もともと、オノマトペとはフランス語（Onomatopée）で擬声語と擬音語のことです。擬声語は「クスクス」や「ワンワン」のように、人間や動物の声を表すものです。擬音語は「ザーザー」や「ガタガタ」のように、自然界の音や物の音を表します。これらには二音節のくり返しのパターンがよく見られます。日本語のオノマトペは、これらのほかに、物事の様子や状態を表す擬態語が非常に多いのです。擬態語は音ではなく、視覚、触覚、味覚、嗅覚に訴えます。日本人がオノマトペを好むのは、昔から四季の変化や自然の様子に大きな関心を寄せてきたからと言われています。また、英語と比べると、日本語は動詞が少なく、副詞としてニュアンスを分けるためにオノマトペが必要だったとも言われています。日本最古の歴史書『古事記』にも既にオノマトペが使われています。

日本人の感覚や日本語の特性を知るヒントになる

　日本語のオノマトペを学習すると、日本人の感覚や心を知ることができます。言葉を尽くして論理的に説明するより、感覚的、情緒的な表現で相手に伝えることを好む傾向がはっきりとわかるでしょう。また、特に擬態語を知れば知るほど、英語のように「主体者が〜をする」と動的に表現するのではなく、「客観的に見ると、〜のようになる」と静的に表現する日本語の特性が深く理解できるようになると思います。

Truyền tải được ý sẽ truyền tải được cảm xúc

Trong hội thoại và cả văn viết của tiếng Nhật rất hay sử dụng từ tượng hình tượng thanh. Vì những từ loại này có thể diễn đạt được điều nhìn thấy, cảm nhận thấy, suy nghĩ trong nhiều bối cảnh và truyền đạt trực tiếp tới đối phương.

"Cô ấy cười にっこり (nikkori). Mắt cô ấy キラキラ (kirakira), khiến tôi ドキドキ (dokidoki)". Đọc một câu như thế này có thể thấy ngay cô ấy là một người đẹp sang trọng, "Tôi" và "cô ấy" đang yêu. Như vậy, nhờ có từ tượng hình tượng thanh, ta có thể tả truyền đạt chính xác ý mô tả ai đó đang làm gì trong trạng thái thế nào mà không cần từ ngữ dài dòng. Một cách nói có nhịp điệu, truyền đạt thẳng thắn cảm xúc và dễ nhớ.

Được sử dụng trong nhiều lĩnh vực, bối cảnh

Số lượng từ tượng hình tượng thanh trong tiếng Nhật có trên 10.000 từ, gấp 3 ~ 5 lần ngôn ngữ châu Âu hay tiếng Trung Quốc. Tại các nước Âu Mỹ, từ tượng hình tượng thanh chủ yếu được trẻ em sử dụng, nếu người lớn dùng sẽ gây ấn tượng là người trẻ con, không được giáo dục. Thế nhưng, trong tiếng Nhật, từ tượng hình tượng thanh được sử dụng hiệu quả trong nhiều lĩnh vực như y tế, thể thao, làm đẹp, quảng cáo, truyện tranh v.v... và còn được cả lĩnh vực nghiên cứu khoa học tri nhận chú ý tới. Từ tượng hình tượng thanh còn được dùng trong tên nhiều sản phẩm bán chạy. Ví dụ như tên 「ガリガリ君（Garigari-kun）」,「プッチンプリン（Pucchinpurin）」 cho bánh kẹo, 「ゴキブリホイホイ（Gokiburi Hoihoi）」,「ホッカイロ（Hokkairo）」 cho các sản phẩm gia dụng.

Mối quan tâm tới tự nhiên cũng cho ra đời nhiều từ tượng hình tượng thanh

Từ tượng hình tượng thanh vốn bắt nguồn từ tiếng Pháp (*Onomatopée*) có nghĩa là từ tượng thanh và từ tượng âm. Từ tượng thanh là từ thể hiện âm thanh của con người, động vật như 「クスクス（*sukusuku*）」,「ワンワン（*wanwan*）」. Từ tượng âm là từ thể hiện âm thanh của giới tự nhiên, của đồ vật như 「ザーザー（*zāzā*）」hay「ガタガタ（*gatagata*）」. Những từ này thường có cấu trúc lặp lại 2 âm tiết. Từ tượng hình tượng thanh trong tiếng Nhật ngoài những từ trên còn có rất nhiều từ tượng hình thể hiện trạng thái, tình trạng của sự vật sự việc. Từ tượng hình phản ánh bằng thị giác, xúc giác, vị giác, khứu giác chứ không bằng âm thanh. Người Nhật yêu mến từ tượng hình tượng thanh là vì từ xa xưa đã có mối quan tâm sâu sắc tới sự thay đổi của bốn mùa, trạng thái của tự nhiên. Ngoài ra, so với tiếng Anh, tiếng Nhật ít động từ hơn nên cần từ tượng hình tượng thanh như phó từ để phân biệt ý nghĩa. Trong sách lịch sử cổ nhất của Nhật Bản có tên "*Kojiki*" đã có sử dụng từ tượng hình tượng thanh.

Là gợi ý để hiểu được cảm giác của người Nhật, đặc tính của tiếng Nhật

Học từ tượng thanh tượng hình của tiếng Nhật sẽ biết thêm về cảm giác, tâm hồn của người Nhật. Chắc chắn người học sẽ hiểu được khuynh hướng thích truyền tải tới đối phương bằng cách nói có tính cảm giác, tâm lí thay vì giải thích lý thuyết dài dòng. Ngoài ra, càng hiểu rõ về từ tượng hình thì sẽ càng hiểu sâu sắc hơn đặc trưng cách nói tĩnh "nếu nhìn một cách khách quan thì sẽ giống như là...." chứ không như cách nói động "chủ thể làm gì đó ~ "trong tiếng Anh.

PART 1

動詞と一緒に使う
どうし　　いっしょ　　つか
Sử dụng cùng động từ

話す・しゃべる・言う
はな　　　　　　　　　い
Nói, kể, nói chuyện

笑う
わら
Cười

泣く
な
Khóc

回す、回る
まわ　　まわ
Quay, vòng quanh

見る
み
Nhìn

寝る
ね
Ngủ

飲む
の
Uống

降る
ふ
Mưa rơi

話す・しゃべる・言う　　Nói, kể, nói chuyện
（はな）　　　　　　（い）

1

ペラペラ
Perapera

Lưu loát, tồng tộc

① 外国語を不自由なく（途中で切れたりせず、流れるように）しゃべる
（がいこくご）（ふじゆう）（とちゅう）（き）（なが）
様子。
（ようす）

② 深く考えず、無責任に話す様子。
（ふか）（かんが）（むせきにん）（はな）（ようす）

① Chỉ việc nói ngoại ngữ không ngắt ngứ (không bị ngắt giữa chừng, trôi chảy).
② Chỉ việc nói chuyện không suy nghĩ kĩ, vô trách nhiệm.

Cấu trúc thường dùng　ペラペラ V「話す」「しゃべる」、ペラペラとV、「●●語はペラペラだ」
（はな）（ご）

Lưu ý　①は能力を評価するときに、②は行動の軽さへの注意や非難をするときに
（のうりょく）（ひょうか）（こうどう）（かる）（ちゅうい）（ひなん）
よく使う。
（つか）

① được dùng khi đánh giá năng lực, ② được dùng khi chú ý, phê phán một hành động khinh xuất.

1 Ⓐ すごいなあ、彼女。英語もドイツ語
（かのじょ）（えいご）（ご）
もペラペラだね。

Ⓑ フランス語もペラペラだよ。
（ご）

Ⓐ *Sugoi nā, kanojo. Ēgo mo doitsugo mo perapera da ne.*
Ⓑ *Furansugo mo perapera dayo.*

Ⓐ Cô ấy giỏi quá. Tiếng Anh lẫn tiếng Đức đều lưu loát.
Ⓑ Tiếng Pháp cũng lưu loát lắm.

2 ★ 私のプライバシーを人にペラペラ
（わたし）（ひと）
しゃべらないで。

★ *Watashi no puraibashī o hito ni perapera shaberanaide.*

★ Đừng có kể tồng tộc chuyện riêng của tôi với người khác.

2

ぶつぶつ
Butsubutsu

Lẩm bẩm, lầm bầm

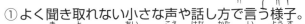

① よく聞き取れない小さな声や話し方で言う様子。
② 愚痴や不満などを影で言う様子。
① Chỉ việc nói với giọng nhỏ, không nghe rõ.
② Chỉ việc than thở, bất mãn không để ai nghe thấy.

Cấu trúc thường dùng ぶつぶつV「言う」、ぶつぶつとV

Lưu ý ①は独り言に対して使うことが多い。
① thường dùng khi nói bâng quơ một mình.

---

1 Ⓐ あの人、ずっと独り言をぶつぶつ言ってるよ。

Ⓑ ちょっと変な人かも。

Ⓐ *Ano hito, zutto hitorigoto o butsubutsu itteru yo.*
Ⓑ *Chotto henna hito kamo.*

Ⓐ Anh kia cứ nói lầm bầm một mình suốt thôi.
Ⓑ Chắc người hơi hâm hâm đó.

---

2 ★ そんなにぶつぶつ言うなら、やめたら？

★ *Sonnani butsubutsu iu nara, yametara?*

★ Nếu cứ lầm bầm than thở thế thì thôi nghỉ đi.

泣_なく | **Khóc**

3

②

シクシク →p.142

Shikushiku

Sụt sịt, thút thít

あまり声_{こえ}を出_ださずに弱々_{よわよわ}しく悲_{かな}しそうに泣_なくこと。
Chỉ việc khóc yếu ớt, buồn bã mà không phát ra tiếng.

 シクシク V 「泣_なく」

Lưu ý 弱々_{よわよわ}しい泣_なき方_{かた}だが、ネガティブな印象_{いんしょう}は与_{あた}えない。
Là cách khóc yếu ớt nhưng không gây ấn tượng xấu.

---

1 Ⓐ よう子_こは悲_{かな}しかっただろうね。
　 Ⓑ うん…。あれからずっと、部屋_{へや}で**シクシク**泣_ないてたみたい。

Ⓐ Chắc Yoko buồn lắm nhỉ.
Ⓑ Ừ... Từ lúc đó là cô ấy cứ khóc sụt sịt trong phòng thôi.

　 Ⓐ *Yōko wa kanashikatta darō ne.*
　 Ⓑ *Un···. Arekara zutto, heya de shikushiku naiteta mitai.*

---

2 Ⓐ あの子_こ、迷子_{まいご}じゃない？
　 Ⓑ なんか、**シクシク**泣_ないてるね。きっと、そうだよ。

Ⓐ Đứa nhỏ kia bị lạc hay sao ấy nhỉ?
Ⓑ Như đang khóc thút thít ấy nhỉ. Chắc thế rồi.

　 Ⓐ *Ano ko, maigo janai?*
　 Ⓑ *Nanka, shikushiku naiteru ne. Kitto, sō da yo.*

4

わんわん
Wanwan

Ông ổng, váng lên

① 大きな声を上げて泣くこと。
① Chỉ việc khóc to tiếng.

② 犬の鳴き声。
② Tiếng kêu của chó.

 わんわん V「泣く」

Lưu ý ①感情のままに泣くときに使う。
Thường dùng khi khóc theo cảm xúc.

---

1 Ⓐ 昨日、映画見ながらわんわん泣いちゃった。

Ⓑ そんなにいい映画なんだ。じゃ、ぼくも見ようかな。

Ⓐ *Kinō, ēga minagara wanwan naichatta.*
Ⓑ *Sonnani ī ēga nanda. Ja, boku mo miyō kana.*

Ⓐ Hôm qua vừa xem phim vừa khóc váng lên.
Ⓑ Phim hay thế cơ à. Thế thì tớ cũng phải xem mới được.

2 Ⓐ 負けた時は本当に悔しくて、みんなでわんわん泣きました。

Ⓑ まだ高校生だからね。

Ⓐ *Maketa toki wa hontō ni kuyashikute, minna de wanwan nakimashita.*
Ⓑ *Mada kōkōsē dakara ne.*

Ⓐ Khi thua thực sự rất buồn nên mọi người khóc váng lên.
Ⓑ Thì vẫn còn là học sinh trung học mà.

見る
（み）

Nhìn

5

（3）

ちらっと／ちらりと

ちらっ

MENU

Liếc, xem /
Nhìn sơ qua

Chiratto ／ Chirarito

見ていることを周りや相手に知られないように、瞬間的に目を向ける
（み）　　　　（まわ）（あいて）（し）　　　　　　　（しゅんかんてき）（め）（む）
こと。

Chỉ việc nhìn trong giây lát để không bị xung quanh hay người được nhìn nhận ra.

 Cấu trúc thường dùng ちらっとV「見る」「見せる」
　　　　　　　　　　　（み）　　（み）

Lưu ý 瞬間的に見たり見えたりしたときに使う。
　　　　（しゅんかんてき）（み）　　（み）　　　　　　　　（つか）
Dùng khi nhìn hoặc nhìn thấy trong tích tắc.

---

1 Ⓐ 田中君の点数、ちらっと見ちゃったんだ
　　（たなかくん）（てんすう）　　　　　（み）
　　けど、100点だったよ。
　　　　　　　（てん）

　Ⓑ 彼、できるからね。
　　（かれ）

　Ⓐ *Tanaka kun no tensū, chiratto michatta n*
　　da kedo, 100ten datta yo.
　Ⓑ *Kare, dekiru kara ne.*

Ⓐ Tớ nhìn thoáng thấy điểm số của bạn Tanaka thôi nhưng cậu ấy được 100 điểm đấy.
Ⓑ Cậu ấy học được mà.

---

2 Ⓐ この子、知らない？　最近、すごくテレビ
　　　　（こ）（し）　　　　　（さいきん）
　　に出てるよ。
　　　（で）

　Ⓑ ああ、ちらっと見たことがある。何かの
　　　　　　　　　（み）　　　　　　　（なん）
　　コマーシャルで。

　Ⓐ *Kono ko, shiranai? Saikin, sugoku terebi ni*
　　deteru yo.
　Ⓑ *Ā, chiratto mita koto ga aru. Nanka no*
　　komāsharu de.

Ⓐ Cậu biết cô bé kia không? Dạo này hay lên tivi lắm đấy.
Ⓑ À, có thấy qua qua rồi. Ở quảng cáo nào đó thì phải.

6

ちらちら
Chirachira

Nhìn trộm, lấp ló

断続的に見ること、物が見え隠れすること。
Chỉ việc nhìn không liên tục, sự vật lúc ẩn lúc hiện.

 ちらちら V 「見る」「見える」

Lưu ý 相手に気づかれないように見るときに使う。
Dùng khi nhìn để không bị đối phương nhận ra.

---

1 Ⓐ さっきから何をちらちら見てるの？

Ⓑ ほら、あの人。有名なタレントじゃないかな。

Ⓐ *Sakki kara nani o chirachira miteru no?*
Ⓑ *Hora, ano hito, yūmēna tarento ja nai kana.*

Ⓐ Nãy giờ cậu cứ nhìn gì lấm lét thế?
Ⓑ Người kia kìa. Hình như là người nổi tiếng đó.

---

2 ★ 服のえりから下着がちらちら見えてるよ。着替えたら？

★ *Fuku no eri kara shitagi ga chirachira mieteru yo. Kigaetara?*

★ Nhìn thấy áo lót lấp ló từ cổ áo đấy. Thay cái khác đi!

7

じっと
Jitto

Chằm chằm

視線を動かさずに、しばらくの間、集中して見る様子。

Chỉ trạng thái nhìn tập trung trong một khoảng thời gian, ánh mắt không dịch chuyển.

Cấu trúc thường dùng じっとする、じっと V 「見る」「見つめる」

Lưu ý 一点に集中して見るときに使う。強調するときは「じーっと」と言う。

Dùng khi nhìn tập trung vào 1 điểm. Khi muốn nhấn mạnh thì nói「じーっと」.

---

1 Ⓐ あの犬、かわいい。さっきから飼い主さんのほうをじっと見てる。

Ⓑ 飼い主さんのことが大好きなんだね。

Ⓐ *Ano inu, kawaī. Sakki kara kainushi san no hō o jitto miteru.*

Ⓑ *Kainushi san no koto ga daisukina n da ne.*

Ⓐ Con chó kia đáng yêu quá. Nãy giờ nó cứ nhìn chủ chằm chằm ấy.

Ⓑ Chắc yêu chủ lắm ấy nhỉ.

---

2 Ⓐ さっきからあなたのことをじっと見ている人がいるよ。

Ⓑ え？ いやだなあ。どんな人？

Ⓐ *Sakki kara anata no koto o jitto miteiru hito ga iru yo.*

Ⓑ *E? Iyadanā. Donna hito?*

Ⓐ Có người nãy giờ cứ nhìn cậu chằm chằm đấy.

Ⓑ Gì cơ? Ôi sợ thế. Là người trông thế nào vậy?

✳「じっと」には「動かないこと」という意味もある。

「じっと」còn có nghĩa "không động đậy".

例 あ、動かないで！ そのままそこにじっとしていて。

A, ugokanaide! Sono mama soko ni jitto shite ite.

Ơ, đừng cử động! Cứ yên như thế nhé!

8

じろじろ
Jirojiro

Nhìn lom lom, nhìn hau háu, nhìn chằm chằm

相手への遠慮などなく、上から
下まで見ること。

Chỉ hành động nhìn từ trên xuống dưới không bận tâm đến đối phương.

Cấu trúc thường dùng じろじろ V「見る」

Lưu ý 好奇心そのままで見る様子。
Hành động nhìn đấy tò mò.

---

1 Ⓐ そんなにじろじろ見ないで。恥ずかしいから。

Ⓑ あ、ごめん。

Ⓐ Đừng có nhìn lom lom như thế. Xấu hổ lắm!
Ⓑ À, mình xin lỗi!

Ⓐ *Sonnani jirojiro minaide. Hazukashī kara.*
Ⓑ *A,gomen.*

---

2 ⭐ ここは田舎だから、外国の人はじろじろ見られてかわいそうだ。

⭐ Ở đây là vùng quê nên người nước ngoài cứ bị nhìn chằm chằm kế cũng tội nghiệp.

⭐ *Koko wa inaka da kara, gaikoku no hito wa jirojiro mirarete kawaisō da.*

飲む
（の）

Uống

9

5

ごくごく
Gokugoku

Uống ừng ực

勢いよく、一気に飲むこと。
（いきお）　　（いっき）　（の）
Uống nhanh, uống một hơi.

Cấu trúc thường dùng ごくごくV「飲む」、ごくごくとV
（の）

Lưu ý 勢いよく飲むときの、のどの音を表す語。
（いきお）　（の）　　　　　　　　　（おと）（あらわ）（ご）
Từ diễn tả âm thanh ở cổ khi uống nhanh.

1　Ⓐ おいしそうにビールをごくごく飲んで
　　　る人を見ると、飲みたくなるなあ。
　　　（ひと）（み）　（の）
　　Ⓑ じゃ、注文する？
　　　　　　（ちゅうもん）

Ⓐ Nhìn ai uống bia ừng ực
　ngon lành làm mình cũng
　muốn uống theo.
Ⓑ Thế gọi một ly nhé?

Ⓐ *Oishisō ni bīru o gokugoku nonderu hito*
　o miru to, nomitakunaru nā.
Ⓑ *Ja, chūmon suru?*

2　 この牛乳、おいしくて、ごくごく飲ん
　　　（ぎゅうにゅう）　　　　　　　　　（の）
　　じゃった。

 Sữa này ngon quá nên tớ
　uống ực một hơi rồi.

 Kono gyūnyū, oishikute, gokugoku
　nonjatta.

10

がぶがぶ
Gabugabu

Uống lấy uống để

人の目や結果など気にしないで、勢いよく、飲みたいだけ飲む様子。
<small>ひと め けっか き いきお の ようす</small>

Uống nhanh, thoải mái mà không để ý xung quanh hay kết quả.

Cấu trúc thường dùng がぶがぶ V「飲む」、がぶがぶと V、名詞「がぶ飲み」
<small>の めいし の</small>

Lưu ý （暑い時に飲む）水やお酒などを飲む例が多い。
<small>あつ とき の みず さけ の れい おお</small>
Thường là các ví dụ uống nước hay rượu (khi trời nóng).

---

1 Ⓐ なんか、お腹が痛くなってきた。
<small>なか いた</small>

Ⓑ 冷たいものを**がぶがぶ**飲んだからじゃ
<small>つめ の</small>
ない？

Ⓐ *Nanka, onaka ga itaku nattekita.*
Ⓑ *Tsumetai mono o gabugabu nonda
kara janai?*

Ⓐ Sao đau bụng thế nhỉ.
Ⓑ Hay tại khi nãy uống lấy
uống để nước lạnh?

---

2 のど渇いてたから、水を**がぶがぶ**飲ん
<small>かわ みず の</small>
じゃった。

 *Nodo kawaiteta kara, mizu o
gabugabu nonjatta.*

★ Khát quá nên uống lấy uống
để nước.

笑う   Cười

11   6

ゲラゲラ
Geragera

Cười sằng sặc,
cười hô hố

人目を気にしないで、大声で笑うこと。
ひとめ　き　　　　　　　　　おおごえ　わら

Cười to, không bận tâm tới xung quanh.

Cấu trúc thường dùng ゲラゲラ V 「笑う」、ゲラゲラとV
　　　　　　　　　　　　　　　わら

Lưu ý おかしいものを見たり聞いたりして笑うときに使う。あまり上品でない笑
　　　　　　　　　み　　　　き　　　　　　わら　　　　　つか　　　　　　　じょうひん　　　わら
い方。
　かた

Dùng khi cười nếu nhìn hoặc nghe thấy điều gì đó lạ lùng. Là cách cười không
lịch sự lắm.

---

1 Ⓐ ひどい！　そんなにゲラゲラ笑うなんて。
　　　　　　　　　　　　　　　　　　わら
　　Ⓑ だって、おかしいんだもん。

　　Ⓐ *Hidoi! Sonna ni geragera warau nante.*
　　Ⓑ *Datte, okashī n da mon.*

　　Ⓐ Quá đáng! Sao có thể
　　　cười hô hố như thế chứ.
　　Ⓑ Thì tại buồn cười quá
　　　chứ sao.

---

2 Ⓐ テレビ見てゲラゲラ笑うひまがあった
　　　　　　　み　　　　　　わら
　　　ら、少し手伝ってよ。
　　　　　すこ　てつだ
　　Ⓑ ごめん、ごめん。

　　Ⓐ *Terebi mite geragera warau hima ga*
　　　attara, sukoshi tetsudatte yo.
　　Ⓑ *Gomen, gomen.*

　　Ⓐ Có thời gian ngồi đó
　　　xem tivi mà cười hô hố
　　　như thế thì giúp tôi một
　　　tay đây này.
　　Ⓑ Ôi, xin lỗi xin lỗi.

12

クスクス
Kusukusu

Cười khúc khích

大きな声を出さずに、口も大きく開けずに、楽しそうに笑うこと。
Chỉ hành động cười vui vẻ không mở to miệng, không phát ra tiếng to.

 Cấu trúc thường dùng クスクスV「笑う」、クスクスとV、クスッ→「〜と笑う」「〜とくる」

Lưu ý 軽く笑うときや、抑えて笑うときに使う。
Dùng khi cười nhẹ, hoặc cười mà phải kìm chế.

1　Ⓐ みんなで何クスクス笑ってるの？
　　Ⓑ 田中さんに冗談言ったのに、全然気がつかないから。

　　Ⓐ *Minna de nani kusukusu waratteru no?*
　　Ⓑ *Tanaka san ni jōdan itta noni, zenzen ki ga tsukanai kara.*

Ⓐ Tại sao mọi người cứ cười khúc khích vậy?
Ⓑ Mọi người đùa anh Tanaka mà anh ấy không hề nhận ra.

2　★ 日本の女性は、クスクス笑うときに口を隠す人が多いね。

　　★ *Nihon no josē wa, kusukusu warau toki ni kuchi o kakusu hito ga ōi ne.*

★ Phụ nữ Nhật khi cười khúc khích thường hay che miệng nhỉ.

 ✳ 「クスッ」は、瞬間的な抑えた笑い。
「クスッ」là cách cười trong giây lát.

例 私が冗談を言ったら、石井先生もクスッと笑ってくれた。
Watashi ga jōdan o ittara, Ishī sensē mo kusutto waratte kureta.
Tôi nói đùa thì cô Ishii bật cười.

13

にこにこ
Nikoniko

Cười tủm tỉm

楽しそうに、明るくほほえむ様子。
_{たの} _{あか} _{よう す}

Cười mỉm rạng rỡ, vui vẻ.

Cấu trúc thường dùng にこにこする、にこにこ V「笑う」、にこにことV
_{わら}

Lưu ý 継続的に微笑んでいるときに使う。
_{けいぞくてき} _{ほほ え} _{つか}

Dùng khi cười mỉm liên tục.

---

1 Ⓐ 彼女、感じがいいね。いつもにこにこし
_{かのじょ} _{かん}
てて。

Ⓑ そうだね。

Ⓐ *Kanojo, kanji ga ī ne. Itsumo nikoniko shitete.*

Ⓑ *Sō da ne.*

Ⓐ Cô ấy dễ mến nhỉ. Lúc nào cũng tủm tỉm.

Ⓑ Công nhận.

---

2 ★ なるべくにこにこ笑うようにしていま
_{わら}
す。そのほうが元気になるから。
_{げん き}

★ *Narubeku nikoniko warau yō ni shite imasu. Sono hō ga genki ni naru kara.*

★ Mình cũng luôn cố gắng luôn mỉm cười. Như thế sẽ thấy yêu đời hơn.

14

にっこり
Nikkori

Mỉm cười

表情をゆるめて笑顔をつくる様子。
ひょうじょう　　　　　　えがお　　　　ようす

Nét mặt giãn ra, khuôn mặt nở nụ cười.

Cấu trúc thường dùng にっこりする、にっこりV「笑う」「ほほえむ」、にっこりとV
　　　　　　　　　　　　　　　　わら

Lưu ý 瞬間的にほほえむことについて言う。
　　　しゅんかんてき　　　　　　　　　い
Dùng khi cười mỉm trong giây lát.

---

1 ★〈写真〉じゃ、2枚撮りますね。はい、みんな、 ★〈Chụp ảnh〉
　　　しゃしん　　まいと　　　　　　　　　　　 Nào, tôi chụp 2
　にっこりして～。はい、チーズ！　　　　　　　 tấm nhé. Nào mọi
　　　　　　　　　　　　　　　　　　　　　　　 người, cười lên. Hai
　★〈Shashin〉Ja, ni mai torimasu ne. Hai,　　　 ba nào!
　　minna, nikkori shitē. Hai, chīzu!

---

2 Ⓐ となりの部屋の人は、どんな人ですか。　　 Ⓐ Hàng xóm bên
　　　　　 へや　ひと　　　　　 ひと　　　　　 cạnh là người như
　Ⓑ 感じのいい人ですよ。会うと、いつもにっ　 thế nào vậy?
　　 かん　　　ひと　　　　 あ　　　　　　　　 Ⓑ Có vẻ tốt đấy. Gặp
　こり笑って挨拶してくれます。　　　　　　　 lúc nào cũng mỉm
　　　わら　　 あいさつ　　　　　　　　　　　 cười chào hỏi.

　Ⓐ Tonari no heya no hito wa, donna hito desu ka?
　Ⓑ Kanji no ī hito desu yo. Au to, itsumo nikkori
　　 waratte aisatsu shite kuremasu.

Cách dùng khác

✳ にこりともしない：決まり文句で、相手に対して全く笑顔を
　　　　　　　　　　　 き　 もんく　　 あいて　たい　まった　えがお
　見せないことを表す。
　み　　　　　　 あらわ
　Là một quán ngữ, dùng khi không hề cười với ai đó.

　例 彼女は何を話しても、にこりともしない。
　　　 かのじょ なに はな
　　Kanojo wa nani o hanashitemo, nikori tomo shinai.
　　Nói gì cô ấy cũng mặt lạnh te.

ニヤニヤ
Niyaniya

Cười khó hiểu,
cười có ẩn ý

何かを考えながら、一人で黙って笑う様子。
なに　　　かんが　　　　　　　　　ひとり　だま　　　わら　よう す

Chỉ hành động cười một mình, vừa cười vừa nghĩ gì đó.

Cấu trúc thường dùng ニヤニヤする、ニヤニヤＶ「笑う」、ニヤニヤとＶ
わら

Lưu ý これから起こることを想像したり、おかしいことを思い出したりしたとき
お　　　　　　　　　そうぞう　　　　　　　　　　　　　　おも　だ
に笑ってしまう場合など。
わら　　　　ば あい

Dùng khi cười vì tưởng tượng ra việc sắp xảy ra, hay nhớ ra một việc buồn cười.

---

1 石川さん、朝からずっとニヤニヤして
いしかわ　　　あさ
るよ。

Ⓑ 何かいいことでも、あったんじゃない？
なに

Ⓐ *Ishikawa san, asa kara zutto niyaniya
shiteru yo.*
Ⓑ *Nanika ī koto demo, atta n ja nai?*

Ⓐ Chị Ishii, sao từ sáng cứ
cười khó hiểu nhỉ.
Ⓑ Chắc có chuyện gì vui
chăng.

---

2 Ⓐ さっきから何、ニヤニヤしてるの？
なに

Ⓑ 別に。何でもないよ。ちょっと思い出
べつ　　　なん　　　　　　　　　　　　おも　だ
しただけ。

Ⓐ *Sakki kara nani, niyaniya shiteru no?*
Ⓑ *Betsu ni. Nan demo nai yo. Chotto
omoidashita dake.*

Ⓐ Gì mà nãy giờ cậu cứ cười
cười kì cục vậy?
Ⓑ Có gì đâu, có gì đâu. Nhớ
ra vài chuyện ấy mà.

回す、回る
（まわ）　（まわ）

Quay, vòng quanh

16

（8）

くるくる
Kurukuru

Vòng vòng

連続して軽く、回ったり回したりする様子。
（れんぞく）（かる）（まわ）（まわ）（よう す）
Chỉ việc quay liên tục nhẹ nhàng.

Cấu trúc thường dùng くるくるV「回る」「回す」「巻く」、くるくるとV
（まわ）（まわ）（ま）

Lưu ý 一回だけ回る場合には使わず、何度も回る場合に使う。
（いっかい）（まわ）（ば あい）（つか）（なん ど）（まわ）（ば あい）（つか）
Dùng khi quay nhiều lần, không dùng khi chỉ quay 1 vòng.

1　Ⓐ この窓はどうやって開けるの？
　　　（まど）（あ）
　　Ⓑ ああ、それはハンドルをくるくる回して
　　　開けるタイプだよ。
　　　（あ）

　　Ⓐ *Kono mado wa dōyatte akeru no?*
　　Ⓑ *Ā, sore wa handoru o kurukuru mawashite
　　　akeru taipu da yo.*

Ⓐ Cửa sổ này làm sao để mở thế?
Ⓑ À, đây là loại khi mở phải quay vòng vòng cái tay cầm kia.

2　Ⓐ あの犬、ボール遊びが好きなんだね。
　　　（いぬ）（あそ）（す）
　　Ⓑ うん。くるくる回って、すごくうれしそう。
　　　（まわ）

　　Ⓐ *Ano inu, bōru asobi ga suki nan da ne.*
　　Ⓑ *Un. Kurukuru mawatte, sugoku ureshisō.*

Ⓐ Con chó kia thích chơi với bóng nhỉ.
Ⓑ Ừ, cứ chạy vòng vòng trông khoái chí lắm.

Cách dùng khác ＊ 連続して何かを巻くときにも使う。
　　　　　（れんぞく）（なに）（ま）（つか）
　　　　Dùng khi quấn liên tục vật gì đó.

　　　　例 トルティーヤにいろいろなものを入れてくるくる巻いてみま
　　　　　しょう。
　　　　　（ま）

　　　　Torutīya ni iroiro na mono o irete kurukuru maite mimashō.
　　　　Món Tortilla là món cuộn tròn nhiều nguyên liệu bên trong.

17

コロコロ

Korokoro

Quay vòng vòng,
lăn lông lốc

丸いものや小さいものが転がる様子。
<small>まる</small>　<small>ちい</small>　　　<small>ころ</small>　<small>よう す</small>

Chỉ vật tròn, vật nhỏ lăn.

Cấu trúc thường dùng コロコロ V 「転がる」「転がす」「太る」、コロコロとV
　　　　　　　　　　　　<small>ころ</small>　　<small>ころ</small>　　<small>ふと</small>

Lưu ý 小さい子供の特徴として使い、かわいらしさを表現することも多い。
<small>ちい</small>　<small>こ ども</small>　<small>とくちょう</small>　　<small>つか</small>　　　　　　　　　　<small>ひょうげん</small>　　　　　<small>おお</small>

Thường dùng như đặc trưng của trẻ nhỏ, thể hiện sự đáng yêu.

1　Ⓐ あ、私の消しゴム、あんな所まで行ってる！
　　　　<small>わたし</small> <small>け</small>　　　　　<small>ところ</small>　<small>い</small>

　Ⓑ コロコロ転がっちゃったんだね。
　　　　　　　<small>ころ</small>

Ⓐ *A, watashi no keshigomu, anna tokoro made itteru!*

Ⓑ *Korokoro korogacchatta n da ne.*

Ⓐ Ơ, cục tẩy của con lăn ra tận đây!

Ⓑ Lăn lông lốc đi xa thế chứ!

2　★ あの子犬、コロコロしててかわいい。
　　　　　<small>こ いぬ</small>

★ *Ano koinu, korokoro shitete kawaī.*

★ Con cún ấy mũm mĩm đáng yêu quá.

Cách dùng khác

✳ 「コロコロ」は、物事が簡単に変わることも表す。
　　　　　　　　　<small>ものごと</small>　<small>かんたん</small>　<small>か</small>　　　　　<small>あらわ</small>

「コロコロ」thể hiện sự thay đổi chóng vánh của sự vật, sự việc.

例 部長は言うことがコロコロ変わるから困る。
　　<small>ぶ ちょう</small> <small>い</small>　　　　　　　　　<small>か</small>　　　　　<small>こま</small>

Buchō wa iu koto ga korokoro kawaru kara komaru.

Trưởng phòng cứ thay đổi lời nói xoành xoạch nên khó chiều quá.

ぐるっと
Gurutto

Quay ngoắt, một vòng

一回転、または一周する様子を表す。
いっかいてん　　　　　いっしゅう　　ようす　あらわ

Thể hiện hành động quay một vòng.

Cấu trúc thường dùng ぐるっとV「回る」「回す」「巻く」
まわ　　　まわ　　　ま

Lưu ý 円をかくような動きについて言う。
えん　　　　　　うご　　　　　　い

Dùng cho hành động như quay một vòng.

---

1 Ⓐ 京都は行きたい所が多くて困るね。
きょうと　い　　ところ　おお　こま

Ⓑ バスの一日券を買って、ぐるっと回るのは
いちにちけん　か　　　　　　　　　まわ
どう？

Ⓐ *Kyōto wa ikitai tokoro ga ōkute komaru ne.*
Ⓑ *Basu no ichinichi ken o katte, gurutto mawaru no wa dō?*

Ⓐ Kyoto nhiều chỗ để đi quá, không biết đi từ đâu!
Ⓑ Mua vé xe buýt 1 ngày rồi đi vòng một vòng thử xem!

---

2 ★ 時間があったから、この辺をぐるっとして
じかん　　　　　　　　　へん
きたよ。

★ *Jikan ga atta kara, konohen o gurutto shite kita yo.*

★ Nếu có thời gian thì thăm quan một vòng đi!

寝る	Ngủ
_ね

19  (9)

ぐっすり
Gussuri

Ngủ say

深く、よく眠る様子。
_{ふか}　　_{ねむ}　_{ようす}
Trạng thái ngủ ngon, sâu.

 Cấu trúc thường dùng ぐっすり V 「寝る」、ぐっすりと V
_ね

Lưu ý 意味は good sleep と同じ。
_{い み}　　　　　　　　　　　_{おな}
Cũng nghĩa với từ good sleep.

---

1 Ⓐ おはよう。今日はいい顔してるね。
_{きょう}　　_{かお}
　Ⓑ うん、昨日の夜は久しぶりにぐっすり
_{きのう}　_{よる}　_{ひさ}
　　寝られたからね。
_ね

Ⓐ *Ohayō. Kyō wa ī kao shiteru ne.*
Ⓑ *Un, kinō no yoru wa hisashiburi ni gussuri nerareta kara ne.*

Ⓐ Chào cậu, trông mặt tươi tỉnh thế!
Ⓑ Ừ, đêm qua lâu lắm mới được giấc ngủ say.

---

2 ★ このふとん、気持ちいい！ ぐっすり
_{き も}
　　寝られそう。
_ね

★ *Kono futon, kimochīi! Gussuri neraresō.*

★ Cái chăn này mềm mại quá. Đắp chăn này thì ngủ say lắm đây,

---

20

スヤスヤ
Suyasuya

Ngủ ngon lành

小さな寝息を立てながら、静かに気持ちよさそうに眠る様子。

Trạng thái ngủ yên, dễ chịu, vừa ngủ vừa thở nhè nhẹ.

 Cấu trúc thường dùng スヤスヤＶ「寝る」、スヤスヤとＶ

Lưu ý 誰かが寝ている姿を見て、それを表現するときに使う。
Dùng khi nhìn thấy ai đó đang ngủ và miêu tả trạng thái đó.

---

1 Ⓐ あの赤ちゃん、ミルク飲んだら静かになったね。

Ⓑ うん。あんなに泣いてたのに、スヤスヤ寝てる。

Ⓐ *Ano akachan, miruku nondara shizuka ni natta ne.*
Ⓑ *Un. Anna ni naiteta noni, suyasuya neteru.*

Ⓐ Em bé kia uống sữa là yên ắng hẳn nhỉ.
Ⓑ Ừ. Lúc nãy khóc thế mà giờ ngủ ngon lành rồi.

---

2 Ⓐ 愛子はもう寝た？

Ⓑ うん。今回の旅行は長かったから、疲れたんじゃない？ スヤスヤ寝てる。

Ⓐ *Aiko wa mō neta?*
Ⓑ *Un. Konkai no ryokō wa nagakatta kara, tsukareta n ja nai? Suyasuya neteru.*

Ⓐ Aiko ngủ rồi hả em?
Ⓑ Vâng. Chuyến đi dài nên chắc con bé mệt? Đang ngủ ngon lành rồi.

降る (ふる) — Mưa rơi

21 (10)

ザーザー
Zāzā

Rào rào, ào ào

音を立てて激しく降る雨の様子を表す。
おと た はげ ふ あめ ようす あらわ

Thể hiện trạng thái mưa lớn, tiếng mưa to.

Cấu trúc thường dùng ザーザーＶ「降る」、ザーザーとＶ、名詞「ザーザー降り」
ふ めいし ふ

Lưu ý 雨の激しさを表すカジュアルな言い方。
あめ はげ あらわ い かた
Là cách nói thông thường chỉ độ lớn của cơn mưa.

---

1 🅐 雨がザーザー降ってきたよ。
あめ ふ

🅑 ほんとだ。結構、強いね。
けっこう つよ

🅐 *Ame ga zāzā futte kita yo.*
🅑 *Honto da. Kekkō, tsuyoi ne.*

🅐 Mưa rào rào xuống rồi đó.
🅑 Ừ, mưa to ra phết nhỉ.

---

2 🅐 〈窓の外を見て〉まだザーザー降ってる。
まど そと み ふ

🅑 あ、そう…。じゃ、出るのは、もうちょっと後にしようか。
で あと

🅐 〈*Mado no soto o mite*〉 *Mada zāzā futteru.*
🅑 *A, sō…. Ja, deru no wa, mō chotto ato ni shiyō ka.*

🅐 〈Nhìn ra ngoài cửa sổ〉 Vẫn mưa ào ào đấy.
🅑 Thế hả… Thế thì đợi một lúc nữa rồi đi nhé.

Cách dùng khác

✳ ザーザー降り：「激しい雨」のカジュアルな言い方。
ふ はげ あめ い かた
Cách nói thông thường có nghĩa "mưa to".

例 こんなザーザー降りだと、イベント、中止になるね。
ふ ちゅうし

Konna zāzā buri dato, ibento, chūshi ni naru ne.

Mưa to thế này sự kiện hôm nay lại phải hủy nhỉ.

Sử dụng cùng động từ **Part 1**

22

しとしと
Shitoshito

Lâm thâm, lặng lẽ,
dai dẳng

雨音が聞こえず、静かに降り続く雨の様子。
あまおと　き　　　　　しず　　ふ　つづ　あめ　ようす
Chỉ trạng thái mưa rơi lặng lẽ, liên tục, không nghe thấy tiếng mưa rơi.

 しとしとV 「降る」、しとしととV
ふ

Lưu ý 長く降り続く雨を表すときによく使う。
なが　ふ　つづ　あめ　あらわ　　　　つか
Thường dùng khi chỉ cơn mưa dài, liên tục.

---

1 Ⓐ まだ、しとしと降ってる。今日は雨、
ふ　　　　きょう　あめ
やまないね。

　Ⓑ そうだね。

Ⓐ *Mada, shitoshito futteru. Kyō wa ame,*
yamanai ne.
Ⓑ *Sō da ne.*

Ⓐ Mưa vẫn rơi dai dẳng lắm.
Hôm nay chắc không tạnh
đâu.
Ⓑ Chắc thế nhỉ.

---

2 Ⓐ 〈電話で〉そっちの天気はどう？
でんわ　　　　　　てんき
　Ⓑ ちょっと寒いですね。雨もしとしと
さむ　　　　　　あめ
降ってて。
ふ

Ⓐ 〈*Denwa de*〉*Socchi no tenki wa dō?*
Ⓑ *Chotto samui desu ne. Ame mo*
shitoshito futtete.

Ⓐ 〈Qua điện thoại〉
Thời tiết ở đó thế nào?
Ⓑ Ở đây hơi lạnh. Mưa thì
đang lâm thâm.

---

23 ⑪

ポツポツ
Potsupotsu

Lộp độp

ポツポツ

雨が降り始めたことを肌に落ちる雨粒で感じた時の表現。
<ruby>雨<rt>あめ</rt></ruby> <ruby>降<rt>ふ</rt></ruby> <ruby>始<rt>はじ</rt></ruby> <ruby>肌<rt>はだ</rt></ruby> <ruby>落<rt>お</rt></ruby> <ruby>雨粒<rt>あまつぶ</rt></ruby> <ruby>感<rt>かん</rt></ruby> <ruby>時<rt>とき</rt></ruby> <ruby>表現<rt>ひょうげん</rt></ruby>
Cách nói khi mưa bắt đầu rơi và cảm thấy hạt mưa rơi vào da.

 Cấu trúc thường dùng ポツポツ V「降る」「くる」「落ちる」、ポツポツとV、名詞「ポツポツ雨」

Lưu ý これから雨が強くなると感じている場合が多い。
Thường dùng khi cảm thấy mưa bắt đầu rơi mạnh.

---

1 Ⓐ あっ、**ポツポツ**降ってきた！
　 Ⓑ ほんとだ。どこかお店に入る？

Ⓐ *Att, potsupotsu futte kita!*
Ⓑ *Hontoda. Dokoka omise ni hairu?*

Ⓐ Ô, mưa rơi lộp bộp xuống rồi!
Ⓑ Ừ, vào tiệm nào đi!

---

2 Ⓐ 雨、降り始めた？
　 Ⓑ うん。でも、まだ**ポツポツ**って感じ。
　　 かさは誰も差してない。

Ⓐ *Ame, furi hajimeta?*
Ⓑ *Un. Demo, mada potsupotsu tte kanji.
Kasa wa dare mo sashite nai.*

Ⓐ Mưa rồi à?
Ⓑ Vâng. Nhưng mới chỉ rơi lộp bộp thôi. Chưa có ai che ô cả.

24

パラパラ

Lất phất

Parapara

くもり空から雨が降り始め、まだ小雨の状態を表す表現。
そら　あめ　ふ　はじ　　　　こさめ　じょうたい　あらわ　ひょうげん

Cách nói thể hiện trạng thái trời mây, mưa bắt đầu rơi và vẫn còn mưa nhỏ.

Cấu trúc thường dùng パラパラする、パラパラ V「降る」「くる」、パラパラとV、
名詞「パラパラ降り」
めいし　　　　　　　　　　ふ

Lưu ý「ポツポツ」より少し多く、軽く音がする雨に使う。
すこ　おお　かる　おと　　　　あめ　つか

Dùng khi mưa nhiều hơn「ポツポツ」và có tiếng mưa nhẹ.

---

1 Ⓐ〈電話で〉もしもし、そっちの天気、
　　でんわ　　　　　　　　　　てんき
　　どう？

　Ⓑ うん、パラパラ降ってるよ。
　　　　　　　　　ふ

　Ⓐ〈*Denwa de*〉*Moshimoshi, socchi no tenki, dō?*
　Ⓑ *Un, parapara futteru yo.*

Ⓐ〈Qua điện thoại〉
　Alo, ở đó thời tiết thế nào?
Ⓑ Đang mưa lất phất rồi.

---

2 ★〈キャンプで〉パラパラ来たら、急いで
　　　　　　　　　　　　き　　　　　　　いそ
　　テントを張ったほうがいいね。
　　　　　　　は

　★〈*Kyanpu de*〉*Parapara kitara, isoide tento o hatta hō ga ī ne.*

★〈Ở nơi cắm trại〉
　Mưa lất phất rồi, mau giăng
　trại lên thôi nhỉ.

PART 2

動作や変化の特徴を表す

Diễn tả đặc chưng của động tác và sự thay đổi

やり方
Cách làm

正しく、確実に
Đúng, chính xác

勢い
Tốc độ, mức độ

スムーズ
Trôi chảy, suôn sẻ

一斉に、一気に
Đồng loạt, một loạt

少しずつ
Từng chút một

遅い
Chậm, muộn

音
Âm thanh, tiếng

不安定
Bất ổn, bếp bênh

隠れて
Trốn, nấp

その他
Khác

やり方
かた

Cách làm

1

さっと

Satto

Qua, nhanh, ngay

急いで、早く何かをすること。
いそ　　　はや　なに
Làm việc gì đó nhanh, vội.

Cấu trúc
thường
dùng

さっと V 「やる」「帰る」「拭く」
　　　　　　　　かえ　　ふ

Lưu ý　動作が早く行われることを強調する表現。
　　　　どう さ はや おこな　　　　　　　　きょうちょう　ひょうげん
Là cách nói nhấn mạnh hành động diễn ra nhanh.

1　Ⓐ あの人、5時になると、さっと帰るね。
　　　　　ひと　　じ　　　　　　　　　　かえ
　　Ⓑ 気がつくと、もう、いないよね。
　　　　き

　　Ⓐ *Ano hito, go-ji ni naruto, satto kaeru ne.*
　　Ⓑ *Ki ga tsukuto, mō, inai yo ne.*

Ⓐ Anh kia cứ 5 giờ là về
　ngay lập tức nhỉ.
Ⓑ Quay ra đã không thấy
　đâu rồi ấy.

2　Ⓐ テーブルもきれいにしないとね。

　　Ⓑ うん。でも、さっと拭くだけでいいよ。
　　　　　　　　　　　　　　ふ

　　Ⓐ *Tēburu mo kirē ni shinaito ne.*
　　Ⓑ *Un. Demo, satto fuku dake de ī yo.*

Ⓐ Phải dọn sạch bàn đi
　nhỉ.
Ⓑ Ừ, nhưng lau qua thôi
　cũng được.

2

ざっと
Zatto

Qua, qua loa, sơ

細かいところは気にせず、大まかである様子。
<ruby>細<rt>こま</rt></ruby> <ruby>気<rt>き</rt></ruby> <ruby>大<rt>おお</rt></ruby> <ruby>様子<rt>ようす</rt></ruby>

Diễn tả sự đại khái, không chú ý vào tiểu tiết.

 Cấu trúc thường dùng ざっとV「見る」「やる」、助数詞を伴う名詞「ざっと〜個」
<ruby>見<rt>み</rt></ruby> <ruby>助数詞<rt>じょすうし</rt></ruby> <ruby>伴<rt>ともな</rt></ruby> <ruby>名詞<rt>めいし</rt></ruby> <ruby>個<rt>こ</rt></ruby>

Lưu ý 大まかだが、一通りやるときに使う。
<ruby>大<rt>おお</rt></ruby> <ruby>一通<rt>ひととお</rt></ruby> <ruby>使<rt>つか</rt></ruby>

Dùng khi làm đại khái nhưng vẫn có đầu cuối.

---

1 Ⓐ この書類にざっと目を通しといて。
<ruby>書類<rt>しょるい</rt></ruby> <ruby>目<rt>め</rt></ruby> <ruby>通<rt>とお</rt></ruby>

Ⓑ はい、わかりました。

Ⓐ Đọc qua tài liệu này đi nhé.
Ⓑ Vâng, tôi biết rồi ạ.

Ⓐ *Kono shorui ni zatto me o tōshi toite.*
Ⓑ *Hai, wakarimashita.*

---

2 ★ 駐車場には車がざっと30台ありました。
<ruby>駐車場<rt>ちゅうしゃじょう</rt></ruby> <ruby>車<rt>くるま</rt></ruby> <ruby>台<rt>だい</rt></ruby>

★ Trong bãi đỗ xe có sơ sơ khoảng 30 chiếc.

★ *Chūshajō ni wa kuruma ga zatto sanjū-dai arimashita.*

3

すっと →p.197

Sutto

Thoắt, bỗng dưng

早く、滞らずに動作や変化が
起きる様子。

Thể hiện hành động hoặc thay đổi
diễn ra nhanh.

Cấu trúc thường dùng すっとV「消える」「現れる」「出す」

Lưu ý 目立たず、さりげない感じ。
Tự nhiên, không rõ ràng.

1　Ⓐ〈マッサージの後〉どうですか。
　　Ⓑ はい、体がすっと軽くなりました。

　Ⓐ〈Massāji no ato〉Dō desu ka?
　Ⓑ Hai, karada ga sutto karuku nari mashita.

Ⓐ〈Sau khi mát-xa〉Chị thấy thế nào ạ?
Ⓑ Vâng, người bỗng nhẹ hẳn ạ.

2　Ⓐ 田中さんは帰ったんだ。
　　Ⓑ ええ。ずっと一緒にいたけど、いつの間
　　　にか、すっと消えていたんです。

　Ⓐ Tanaka san wa kaetta n da.
　Ⓑ Ē. Zutto issho ni ita kedo, itsu no ma ni
　　ka, sutto kiete ita n desu.

Ⓐ Anh Tanaka về rồi à.
Ⓑ Vâng, lúc này cũng ngồi cùng thế mà không biết từ bao giờ thoắt cái đã không thấy rồi ạ.

4

そっと
Sotto

Nhẹ nhàng,
rón rén

人に気づかれないように、静かに何かをすること。

ひと　き　　　　　　　　　　　しず　なに

Làm gì đó không gây tiếng động để không bị người khác nhận ra.

 Cấu trúc thường dùng そっと V 「置く」「閉める」「出る」

　　　　　　　　お　　　し　　　　で

Lưu ý 音を立てないように、干渉しないようにする様子。

　　　おと　た　　　　　　　　かんしょう　　　　　　　　ようす

Không tạo ra âm thanh, không can thiệp.

---

1 ★ みんな、もう寝てたので、ドアをそっと
　　　　　　　ね
　開けた。
　あ

　　★ *Minna, mō neteta node, doa o sotto
　　aketa.*

★ Mọi người đều ngủ rồi
nên mở cửa thật nhẹ
nhàng để không đánh
thức ai dậy.

---

2 Ⓐ 彼女、失恋したんでしょう？　みんなで
　　かのじょ　しつれん
　なぐさめようか。

　Ⓑ いや、そっとしてあげたほうがいいよ。

　Ⓐ *Kanojo, shitsuren shita n deshō? Minna
　　de nagusame yō ka.*
　Ⓑ *Iya, sotto shite ageta hō ga ī yo.*

Ⓐ Cô ấy thất tình phải
không? Mọi người tới an
ủi đi.
Ⓑ Thôi, cứ để mặc cô ấy đi.

---

5 14

てきぱき
Tekipaki

Nhanh, thoăn thoắt

物事を無駄なく早く、上手にする様子。
ものごと　むだ　　はや　じょうず　　　ようす

Làm nhanh, tốt, không có động tác thừa.

 Cấu trúc thường dùng てきぱきV「働く」「動く」、てきぱきとV
はたら　うご

Lưu ý 仕事のやり方について言うときによく使う。
しごと　かた　　　　い

Thường dùng khi nói về cách làm việc.

---

1 Ⓐ ずいぶん時間かかってるけど、もう少し
　　 じかん　　　　　　　　　すこ
　　 てきぱきできない？

Ⓑ すみません…。

Ⓐ *Zuibun jikan kakatteru kedo, mō sukoshi tekipaki deki nai?*

Ⓑ *Sumimasen….*

Ⓐ Anh làm hơi lâu quá, có thể nhanh tay lên một chút không?
Ⓑ Tôi xin lỗi...

---

2 ★ 面接のときは、質問にてきぱきと答えた
　　 めんせつ　　　しつもん　　　　　　こた
　　 ほうがいいよ。

★ *Mensetsu no toki wa, shitsumon ni tekipaki to kotaeta hō ga ī yo.*

★ Khi phỏng vấn thì nên trả lời câu hỏi thật nhanh.

6

わざわざ

Wazawaza

Mất công

ふつうはする必要がないのに、特に
時間と手間をかけてする様子。

Làm việc gì đó mất thời gian, công sức
không cần thiết.

 **Cấu trúc thường dùng** わざわざV

Lưu ý 他人の行動に使うと、感謝や敬意の表現になる。
Dùng cho hành động của người khác sẽ thành cách nói hàm ơn, kính ngữ.

---

1 Ⓐ 忙しいのに、わざわざ来てくれてありが
とう。

Ⓑ いえ、どういたしまして。

Ⓐ *Isogashī noni, wazawaza kite kurete
arigatō.*
Ⓑ *Ie, dō itashi mashite.*

Ⓐ Cám ơn lúc bận rộn còn
mất công tới đây.
Ⓑ Không, có gì đâu.

---

2 Ⓐ わざわざ重い物を運んであげたのに、礼
も言わないなんて。

Ⓑ そういう人なんだよ。

Ⓐ *Wazawaza omoi mono o hakonde ageta
noni, rē mo iwanai nante.*
Ⓑ *Sō iu hito nanda yo.*

Ⓐ Đã mất công vác đồ hộ
mà không được câu cảm
ơn nào.
Ⓑ Tính nó thế mà.

正しく、確実に   Đúng, chính xác

7 (15)

きちんと
Kichinto

Đâu ra đấy, đúng

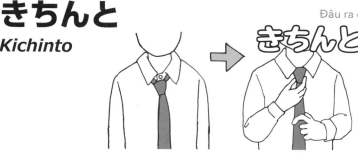

きちんと

決められたとおり、正確に物事を行う様子。
Chỉ việc làm đúng như quy định.

Cấu trúc thường dùng きちんとする、きちんとV 「やる」「返す」「片づける」

Lưu ý よく整っていて、乱れがないこと。
Chỉnh tề, không xộc xệch, không lộn xộn.

---

1 Ⓐ 時間通りきちんと来てくださいね。
　 Ⓑ はい、わかりました。

Ⓐ Nhớ đến đúng giờ nhé!
Ⓑ Vâng, tôi biết rồi ạ.

Ⓐ Jikan dōri kichinto kite kudasai ne.
Ⓑ Hai, wakarimashita.

2 ★ 入学式だから、きちんとした服を着よう
　 と思います。

★ Lễ nhập học nên tôi sẽ ăn mặc thật chỉnh tề.

★ Nyūgakushiki dakara, kichinto shita fuku
　 o kiyō to omoimasu.

Cách dùng khác ✱ きちっと：「きちんと」と同じ意味で、会話でよく使われる。
Cách dùng giống 「きちんと」, thường dùng trong hội thoại.

例 約束なんだから、きちっと守ってください。
Yakusoku nan dakara, kichitto mamotte kudasai.
Đã hứa là phải giữ đúng lời hứa đấy!

ちゃんと
Chanto

Cẩn thận, tới nơi tới chốn

やるべきことを不足なくやる様子。まじめで、期待に反しないこと。

Làm đầy đủ việc cần phải làm. Cẩn thận và không phụ lòng mong đợi.

 Cấu trúc thường dùng ちゃんとする、ちゃんとV「やる」「考える」

Lưu ý やるべきことをやることについて言うことが多い。

Thường dùng để nói về việc cần phải làm.

---

1 Ⓐ ちゃんと宿題やりなさいね。

Ⓑ はい。

Ⓐ *Chanto shukudai yarinasai ne.*
Ⓑ *Hai.*

Ⓐ Nhớ làm bai tập cẩn thận đấy.
Ⓑ Vâng ạ.

---

2 ★ 彼はちゃんとした人だから、大丈夫だよ。頼んでみたら？

★ *Kare wa chanto shita hito dakara, daijōbu da yo. Tanonde mitara?*

★ Anh ấy là người cẩn thận nên yên tâm. Thử nhờ anh ấy xem!

9   16

しっかり
Shikkari

Chắc chắn, đâu ra đấy

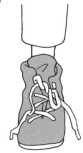

気持ちや動作などが強く、確かである様子。
き も   どう さ   つよ   たし   よう す

Chỉ tâm trưng hay động tác mạnh, chính xác.

 Cấu trúc thường dùng しっかりする、しっかり V 「勉強する」「説明する」
べんきょう   せつめい

Lưu ý 「不安定」「ゆるい」などの面がなく、「固い」「安定」「確か」などの特徴を表す。
ふ あんてい   めん   かた   あんてい   たし   とくちょう あらわ

Diễn tả đặc trưng "chắc chắn", "ổn định" "vững", không có sự "bất ổn định" "lỏng lẻo".

---

1 Ⓐ あの子、しっかりしているね。
       こ

   Ⓑ そうなんです。まだ若いですが、頼りに
                   わか   たよ
       なります。

   Ⓐ *Anoko, shikkari shite iru ne.*
   Ⓑ *Sō nan desu. Mada wakai desu ga, tayori
       ni narimasu.*

Ⓐ Con bé ra dáng nhỉ.
Ⓑ Vâng. Còn trẻ nhưng
   đáng tin cậy lắm.

---

2 Ⓐ このバンド、いいね。

   Ⓑ うん。曲もいいし、演奏もしっかりしてる。
               きょく   えんそう

   Ⓐ *Kono bando, ī ne.*
   Ⓑ *Un. Kyoku mo ī shi, ensō mo shikkari
       shiteru.*

Ⓐ Nhóm nhạc này được
   đấy nhỉ.
Ⓑ Ừ. Bài hát hay, nhạc ổn
   định.

じっくり
Jikkuri

Sâu sắc, kĩ càng

落ち着いてゆっくり物事をする様子。

Làm việc gì đó bình tĩnh, từ tốn.

 じっくりＶ「考える」「読む」

Lưu ý 時間をかけ、慎重に物事をするときによく使う。

Thường dùng khi dùng nhiều thời gian, thận trọng làm gì đó.

---

1 Ⓐ 就職するか、進学するか、もう決めた？
　Ⓑ まだ。じっくり考えて決めるよ。

Ⓐ *Shūshoku suru ka, shingaku suru ka mō kimeta?*
Ⓑ *Mada. Jikkuri kangaete kimeru yo.*

Ⓐ Cậu đã quyết đi làm hay học tiếp chưa?
Ⓑ Chưa. Tớ nghĩ kĩ rồi mới quyết.

---

2 ★ あわてないで、じっくり話し合ったほうがいいと思います。

★ *Awatenaide, jikkuri hanashi atta hō ga ī to omoimasu.*

★ Tôi nghĩ không nên vội vàng, cứ nói chuyện thật kĩ càng đi.

きっぱり
Kippari

Rõ ràng, thẳng thừng

態度をはっきりさせ、強い調子で明確に何かを決める様子。
Diễn tả thái độ rõ ràng, quyết định với thái độ rõ ràng, mạnh mẽ.

Cấu trúc thường dùng きっぱりする、きっぱり V 「断る」「あきらめる」、きっぱりと V

Lưu ý 強い意志を持って発言するときに使う。
Dùng khi đưa ra ý kiến với ý chí mạnh.

---

1 Ⓐ あの話、結局どうした？
　Ⓑ ああ、きっぱり断りました。

　Ⓐ *Ano hanashi, kekkyoku dō shita?*
　Ⓑ *Ā, kippari kotowarimashita.*

Ⓐ Chuyện đó cuối cùng thế nào rồi?
Ⓑ À, tôi đã từ chối thẳng thừng rồi.

---

2 ★ 今でも彼女のことは好きですが、きっぱりとあきらめました。

★ *Ima demo kanojo no koto wa suki desu ga, kippari to akiramemashita.*

★ Đến giờ tôi vẫn còn thích cô ấy nhưng đã buông bỏ hẳn rồi.

勢い
いきお

Tốc độ, mức độ

12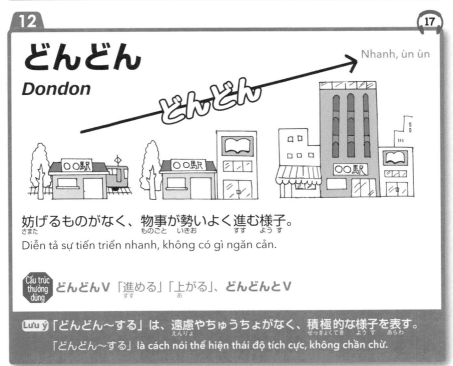

どんどん
Dondon

Nhanh, ùn ùn

どんどん

妨げるものがなく、物事が勢いよく進む様子。
さまた　　　　　　　　　ものごと　いきお　　　　すす　　よう す

Diễn tả sự tiến triển nhanh, không có gì ngăn cản.

Cấu trúc thường dùng どんどんV 「進める」「上がる」、どんどんとV
すす　　　　あ

Lưu ý 「どんどん〜する」は、遠慮やちゅうちょがなく、積極的な様子を表す。
えんりょ　　　　　　　　　　　せっきょくてき　よう す　あらわ
「どんどん〜する」là cách nói thể hiện thái độ tích cực, không chần chừ.

---

1 Ⓐ いい企画ですね。どんどん進めてく
き かく　　　　　　　　　　　　すす
ださい。

　Ⓑ はい、ありがとうございます。

　Ⓐ *Ī kikaku desu ne. Dondon susumete
kudasai.*

　Ⓑ *Hai, Arigatō gozaimasu.*

Ⓐ Dự án này được đấy. Cứ tiến
hành nhanh nhanh đi nhé!

Ⓑ Vâng, cám ơn anh ạ.

---

2 ★ テレビで大きく紹介されたから、
おお　　しょうかい
これからどんどん売れると思います。
う　　　　　おも

　★ *Terebi de ōkiku shōkai sareta kara,
korekara dondon ureru to omoimasu.*

★ Được giới thiệu rộng rãi trên
truyền hình rồi nên tôi nghĩ từ
giờ sẽ bán chạy lắm.

13

グングン

Gungun

Vùn vụt, nhanh

物事が勢いよく伸びる様子。
<small>ものごと　いきお　　　の　　　ようす</small>
Diễn tả sự việc tăng nhanh, mạnh.

 Cấu trúc thường dùng　**グングン V**「伸びる」「成長する」、**グングンと V**
　　　　　　　　　　　　　　　<small>の</small>　　<small>せいちょう</small>

Lưu ý 加速して伸びている感じ。
<small>か そく　　　の　　　　　　　かん</small>
Tăng tốc nhanh, mạnh.

---

1 Ⓐ 大阪支店は調子がいいですね。売上が
　　<small>おおさかしてん　ちょうし</small>　　　<small>うりあげ</small>
　　グングン伸びてますよ。
　　　　　　<small>の</small>

　Ⓑ へえ、うらやましいなあ。

　Ⓐ *Ōsaka shiten wa chōshi ga ī desu ne.*
　　Uriage ga gungun nobite masu yo.
　Ⓑ *Hē, urayamashī nā.*

Ⓐ Chi nhánh Osaka ổn lắm.
　 Doanh thu tăng vùn vụt ấy.
Ⓑ Ồ thế hả, ngưỡng mộ quá.

---

2 ★ 男の子は中学生になると、背がグング
　　<small>おとこ　こ　ちゅうがくせい</small>　　　<small>せ</small>
　　ン伸びる。
　　　<small>の</small>

　★ *Otoko no ko wa chūgakusē ni naru to,*
　　se ga gungun nobiru.

★ Con trai đến cấp hai là
　 chiều cao tăng vùn vụt.

スムーズ   Trôi chảy, suôn sẻ

14   **18**

すらすら
Surasura

Trôi chảy

困難がなく、なめらかに物事が進む様子。
こんなん　　　　　　　　　　　ものごと　すす　ようす

Sự việc diễn ra suôn sẻ, không gặp khó khăn gì.

Cấu trúc thường dùng すらすらV「読める」「書ける」「話せる」、すらすらとV
　　　　　　　　　　　　よ　　　　か　　　　はな

Lưu ý「すらすら読む」「すらすら書く」が典型的な例。
　　　　　　　　よ　　　　　　か　　てんけいてき　れい

　　Điển hình có các cách nói「すらすら読む」「すらすら書く」.

---

1 Ⓐ 漢字がすらすら読める外国人、増え
　　　かんじ　　　　　　よ　　　がいこくじん　ふ
　　ましたね。

　Ⓑ そうですね。すごいですよね。

　Ⓐ *Kanji ga surasura yomeru gaikokujin,*
　　fuemashita ne.
　Ⓑ *Sō desu ne. Sugoi desu yo ne.*

Ⓐ Dạo này nhiều người nước ngoài đọc chữ Hán trôi chảy nhỉ.
Ⓑ Ừ. Giỏi thật đấy!

---

2 ★ あんなふうに筆ですらすら書けたら
　　　　　　　　ふで　　　　　　か
　　いいなあ。

　★ *Anna fū ni fude de surasura kaketara*
　　ī nā.

★ Giá mà viết bằng bút lông mượt mà được như thế kia.

15

サクサク
Sakusaku

Nhanh gọn

軽快に気持ちよく物事が進む様子。
けいかい　きも　　ものごと　すす　ようす

Diễn tả sự việc diễn ra nhanh, gọn nhẹ.

Cấu trúc thường dùng サクサク V 「やる」、サクサクと V

Lưu ý 仕事や作業について使う表現。
しごと　さぎょう　　　　つか　ひょうげん

Là cách nói dùng với công việc, cách làm.

1　Ⓐ この本を使うと、練習問題がサクサク
　　ほん　つか　　　れんしゅうもんだい
　　できるよ。

　Ⓑ へえ、そうなんだ。

　Ⓐ *Kono hon o tsukau to, renshū mondai*
　　ga sakusaku dekiru yo.
　Ⓑ *Hē, sō nanda.*

Ⓐ Dùng cuốn sách này làm
　 bài tập sẽ nhanh hơn đó.
Ⓑ Ô, thật hả.

2　★ 体の調子がいいので、仕事がサクサク
　　からだ　ちょうし　　　　しごと
　　片づいた。
　　かた

　★ *Karada no chōshi ga ī node, shigoto ga*
　　sakusaku katazuita.

★ Đang rất thoải mái nên
　 dọn dẹp công việc cũng
　 nhanh gọn.

一斉に、一気に
いっせい　いっき

Đồng loạt, một loạt

がらりと／
がらっと
Gararito/Garatto

Thay đổi hoàn toàn

それまでの状態や性質と大きく、
急激に変わる様子。
じょうたい　せいしつ　おお　きゅうげき　か　ようす

Diễn tả sự thay đổi mạnh, khác hoàn
toàn trạng thái, tính chất trước đây.

 Cấu trúc thường dùng がらりとV「変わる」「変える」
　　　　　　　　　　　　　　か　　　　か

Lưu ý 良い変化にも悪い変化にも使う。
　　　よ　へんか　　わる　へんか　　つか
Dùng cho cả sự thay đổi tốt và thay đổi xấu.

1　Ⓐ わあ、同じ店とは思えないね。
　　　　おな　みせ　　おも

　　Ⓑ ほんとだ。インテリアが**がらりと**

　　　変わったね。
　　　か

　Ⓐ *Wā, onaji mise to wa omoe nai ne.*
　Ⓑ *Honto da. Interia ga gararito kawatta
　　ne.*

Ⓐ Oa, không thể nghĩ đây là
tiệm trước kia.
Ⓑ Ừ, nội thất thay đổi hoàn toàn
nhỉ.

2　★ あの人、留学してから**がらりと**人が
　　　　ひと　りゅうがく　　　　　　　　　ひと

　　変わったみたい。
　　か

　★ *Ano hito, ryūgaku shite kara gararito
　　hito ga kawatta mitai.*

★ Người kia từ hồi đi du học là
thay đổi tính nết hoàn toàn.

17

ずらりと／ずらっと

**Zurarito/
Zuratto**

Một loạt, san sát

ずらり

多くの物や人が列になって一斉に並ぶ様子。
<small>おお　もの　ひと　れつ　　　　　　　いっせい　なら　ようす</small>
Diễn tả việc sắp xếp sự vật, hay người thành một hàng.

 ずらりとV「並ぶ」「並べる」「ある」、**ずらりV**
<small>なら　　　なら</small>

(Lưu ý) 魅力的に見えたり、感心したりするときに使う。
<small>みりょくてき　み　　　　　かんしん　　　　　　　　つか</small>
Dùng khi thấy đẹp, choáng ngợp.

---

1 Ⓐ さすが一流ホテルだね。高級車が
<small>いちりゅう　　　　　こうきゅうしゃ</small>
ずらりと並んでる。
<small>なら</small>
Ⓑ ほんとだ。

Ⓐ *Sasuga ichiryū hoteru da ne.
Kōkyūsha ga zurarito naranderu.*
Ⓑ *Honto da.*

Ⓐ Đúng là khách sạn sang có
khác nhỉ. Xe ô tô sang xếp san
sát luôn.
Ⓑ Ừ công nhận.

---

2 ★ リストを見たら、有名な人の名前が
<small>み　　　ゆうめい　ひと　なまえ</small>
ずらっとあった。

★ *Risuto o mitara, yūmēna hito no
namae ga zuratto atta.*

★ Nhìn danh sách thấy một loạt
tên người nổi tiếng.

18

(20)

どっと
Dotto

Rần rần, ùn ùn

人や物が急にたくさん押し寄せる様子。
<ruby>人<rt>ひと</rt></ruby> <ruby>物<rt>もの</rt></ruby> <ruby>急<rt>きゅう</rt></ruby> <ruby>押<rt>お</rt></ruby> <ruby>寄<rt>よ</rt></ruby> <ruby>様子<rt>ようす</rt></ruby>

Diễn tả việc người hay vật bỗng nhiên ập đến.

Cấu trúc thường dùng どっと V 「押し寄せる」「沸く」
<ruby>押<rt>お</rt></ruby> <ruby>寄<rt>よ</rt></ruby> <ruby>沸<rt>わ</rt></ruby>

Lưu ý 勢いよく、一気に変化が起きたときに使う。
<ruby>勢<rt>いきお</rt></ruby> <ruby>一気<rt>いっき</rt></ruby> <ruby>変化<rt>へんか</rt></ruby> <ruby>起<rt>お</rt></ruby> <ruby>使<rt>つか</rt></ruby>

Dùng khi xảy ra sự thay đổi đột ngột, nhanh.

---

1 Ⓐ お疲れさま！　大変だったね。
<ruby>疲<rt>つか</rt></ruby> <ruby>大変<rt>たいへん</rt></ruby>

　　Ⓑ うん、どっと疲れたよ。
<ruby>疲<rt>つか</rt></ruby>

Ⓐ *Otsukare sama!　Taihendatta ne.*
Ⓑ *Un, dotto tsukareta yo.*

Ⓐ Anh vất vả rồi! Hôm nay mệt thật.
Ⓑ Vâng, mệt rã rời luôn.

---

2 ★ 空港にファンがどっと押し寄せた。
<ruby>空港<rt>くうこう</rt></ruby> <ruby>押<rt>お</rt></ruby> <ruby>寄<rt>よ</rt></ruby>

★ *Kūkō ni fan ga dotto oshiyoseta.*

★ Người hâm mộ ùn ùn kéo đến sân bay.

Cách dùng khác

✳ みんなで一斉に声を上げる場合にも使う。
<ruby>一斉<rt>いっせい</rt></ruby> <ruby>声<rt>こえ</rt></ruby> <ruby>上<rt>あ</rt></ruby> <ruby>場合<rt>ばあい</rt></ruby> <ruby>使<rt>つか</rt></ruby>

Dùng trong trường hợp tất cả cùng đồng loạt lên tiếng.

例 彼のその一言に、どっと笑いが起きた。
<ruby>彼<rt>かれ</rt></ruby> <ruby>一言<rt>ひとこと</rt></ruby> <ruby>笑<rt>わら</rt></ruby> <ruby>起<rt>お</rt></ruby>

Kare no sono hitokoto ni, dotto warai ga okita.

Tràng cười vang lên trước câu nói của anh.

19

パッと
Patto

Nhanh

瞬間的に新たな変化が起きる様子。
Diễn tả sự thay đổi mới trong tích tắc.

 パッとV「広がる」「明るくなる」

Lưu ý 何かが一気に展開するときに使う。
Dùng khi sự việc thay đổi bất ngờ.

---

1 Ⓐ 見て、この花。今朝、パッと咲いたの。
　Ⓑ ほんとだ。咲くのは来週かな、と思ってたけど。

Ⓐ *Mite, kono hana. Kesa, patto saita no.*
Ⓑ *Honto da. Saku no wa raishū kana, to omotteta kedo.*

Ⓐ Nhìn bông hoa này này. Sáng nay nó vừa mới nở đấy.
Ⓑ Ừ nhỉ, cứ tưởng tuần sau mới nở chứ.

---

2 Ⓐ そのうわさ、パッと広まったね。
　Ⓑ うん。もう、みんな知ってると思う。

Ⓐ *Sono uwasa, patto hiromatta ne.*
Ⓑ *Un. Mō, minna shitteru to omou.*

Ⓐ Tin đồn đó lan nhanh nhỉ.
Ⓑ Ừ, tất cả mọi người đều biết rồi.

少しずつ
すこ

Từng chút một

20

(21)

コツコツ
Kotsukotsu

コツコツ

Cần mẫn,
miệt mài

急がないけど休まず、少しずつ何かを積み上げるように努力し続ける
いそ　　　　　やす　　　　すこ　　　なに　　つ　あ　　　　　　どりょく　つづ
様子。
ようす

Nỗ lực liên tục từng chút một, không vội vàng nhưng không ngừng nghỉ để tích lũy điều gì đó.

Cấu trúc thường dùng コツコツ V 「やる」「励む」、コツコツと V
はげ

Lưu ý 継続的な努力について言う。
けいぞくてき　どりょく　　い
Dùng để nói về nỗ lực không ngừng nghỉ.

---

1 Ⓐ 優勝おめでとうございます。
　　ゆうしょう
　Ⓑ ありがとうございます。コツコツと練習
　　　　　　　　　　　　　　　　　　　　　れんしゅう
　　してきてよかったです。

Ⓐ Chúc mừng anh chiến thắng!!
Ⓑ Cám ơn anh. Là nhờ luyện tập cần mẫn đấy ạ.

Ⓐ *Yūshō omedetō gozaimasu.*
Ⓑ *Arigatō gozaimasu. Kotsukotsu to renshū shite kite yokatta desu.*

---

2 ★ あの人はどんな仕事でも、コツコツ努力
　　　　ひと　　　　　　　しごと　　　　　　　　どりょく
　　をする人ですね。
　　　　　ひと

★ Anh ấy là người nỗ lực miệt mài với bất cứ công việc gì.

★ *Ano hito wa donna shigoto demo, kotsukotsu doryoku o suru hito desu ne.*

21

じわじわ

Jiwajiwa

Lan tỏa từ từ

物事がゆっくり確実に進む様子。
ものごと　　　　　　　　かくじつ　すす　ようす

Sự việc, sự vật tiến triển từ từ nhưng chắc chắn.

 じわじわV「増える」「迫る」、じわじわとV
　　　　　　　　　　　　ふ　　　せま

Lưu ý ある傾向について言う表現。
けいこう　　　　　　い　ひょうげん

Là cách nói về một xu hướng.

---

1 Ⓐ これは便利なサービスですね。
　　　　　　べん り

Ⓑ ええ。若い女性を中心に、利用者が
　　　　わか じょせい ちゅうしん　　　り ようしゃ
　　じわじわ増えています。
　　　　　　　ふ

Ⓐ *Kore wa benrina sābisu desu ne.*
Ⓑ *Ē. Wakai josē o chūshin ni, riyōsha ga
jiwajiwa fuete imasu.*

Ⓐ Dịch vụ này tiện quá nhỉ!
Ⓑ Vâng, khách sử dụng đặc biệt là giới trẻ nữ đang tăng đều đều đấy ạ.

---

2 ★ 締め切りの日がじわじわ迫ってきて、
　　し き　　ひ　　　　　　　せま
　焦っています。
　あせ

★ *Shimekiri no hi ga jiwajiwa sematte
kite, asette imasu.*

★ Hạn nộp bài đang dần đến gần nên cuống cả lên.

22

ぞろぞろ
Zorozoro

Ùn ùn,
nhung nhúc

人や虫などが同じ方向に続いてゆっくり動く様子。
ひと　むし　　　　おな　ほうこう　つづ　　　　　　　うご　ようす
Chỉ người hay côn trùng từ từ chuyển động liên tục theo cùng một hướng.

 ぞろぞろV 「出る」「続く」、ぞろぞろとV
　　　　　　　　　で　　つづ

Lưu ý きれいにそろった動きではない。
　　　　　　　　　　　うご
Không phải là chuyển động đều tăm tắp.

---

1 Ⓐ 会場から人がぞろぞろ出てくるね。
　　かいじょう　ひと　　　　　　で
　Ⓑ ああ、コンサートが終わったところなん
　　　　　　　　　　　　　お
　　だね。

Ⓐ Người từ trong hội
trường ùn ùn kéo ra nhỉ.
Ⓑ Ừ, vừa mới kết thúc buổi
hòa nhạc mà.

Ⓐ *Kaijō kara hito ga zorozoro dete kuru ne.*
Ⓑ *Ā, konsāto ga owatta tokoro nanda ne.*

---

2 ★ 出発時間が近づいたので、みんな、ぞろ
　　しゅっぱつじかん　ちか
　　ぞろ集まってきた。
　　　　あつ

★ Sắp đến giờ xuất phát
nên mọi người ùn ùn
kéo tới.

★ *Shuppatsu jikan ga chikazuita node,
minna, zorozoro atsumatte kita.*

遅い
おそ
　　　　　　　　　　　　　　　　　　　　　　　Chậm, muộn

23

のろのろ
Noronoro

Lừ đừ, chậm chạp

動きが鈍く、ゆっくりな
うご　　にぶ
様子。
ようす
Hành động chậm, từ từ.

 Cấu trúc thường dùng のろのろする、のろのろ Ｖ、のろのろと Ｖ、名詞「のろのろ運転」
めいし　　　　　　　　　　うんてん

Lưu ý 進み方が遅くて不快に感じるときに使う。
すす　かた　おそ　　ふかい　かん　　　　　つか
Dùng khi cảm thấy khó chịu vì tiến chậm.

---

1 Ⓐ 何のろのろしているの？　早くして。
　　なに　　　　　　　　　　　　はや
　Ⓑ うん、もうちょっと待って。
　　　　　　　　　　　ま

　Ⓐ *Nani noronoro shite iru no? Hayaku shite.*
　Ⓑ *Un, mō chotto matte.*

Ⓐ Làm cái gì mà chậm chạp thế? Nhanh lên!
Ⓑ Ừ, đợi một chút đã!

---

2 Ⓐ のろのろしてると、ほかの人に彼女をと
　　　　　　　　　　　　　ひと　かのじょ
　　られちゃうよ。
　Ⓑ え？　それはいやです。

　Ⓐ *Noronoro shiteru to, hokano hito ni*
　　 kanojo o torarechau yo.
　Ⓑ *E? Sore wa iya desu.*

Ⓐ Chậm chạp thế này là bị lấy mất bạn gái đó.
Ⓑ Cái gì? Riêng việc đó thì không đời nào tôi chịu đâu.

24

グズグズ

Guzuguzu

Lần chần, lần lữa

判断や動作が遅く、むだに時間がかかる様子。
はんだん どうさ おそ じかん ようす

Hành động hay quyết định chậm, mất thời gian vô ích.

 Cấu trúc thường dùng グズグズする、グズグズV「言う」、グズグズとV
い

Lưu ý しようと思えばできるのに、すぐにしようとしない場合に使うことが多い。
おも ばあい つか おお

Thường dùng khi không làm gì đó ngay dù nếu muốn là làm được.

---

1 Ⓐ 休みの日は、朝すぐに起きれなくて、つい、
やす ひ あさ お
ベッドでグズグズしちゃう。

Ⓑ わかる、わかる。

Ⓐ *Yasumi no hi wa asa sugu ni okirenakute,*
tsui, beddo de guzuguzu shichau.
Ⓑ *Wakaru, wakaru.*

Ⓐ Ngày nghỉ sáng
không dậy ngay được
mà cứ lần chần trên
giường mãi.
Ⓑ Ừ, tớ cũng thế.

---

2 Ⓐ あの二人、早く結婚すればいいのに。
ふたり はや けっこん
Ⓑ 彼がグズグズしているから、だめなんだよ。
かれ

Ⓐ *Ano futari, hayaku kekkon sureba ī noni.*
Ⓑ *Kare ga guzuguzu shiteiru kara, dame*
nanda yo.

Ⓐ Hai người đó mau
mau kết hôn có phải
hơn không.
Ⓑ Tại anh ấy cứ lần lữa
nên mới hỏng đó.

だらだら
Daradara

Lờ đờ, lề mề

だらだら

気分や行動のしかたがゆるい状態。
<small>き ぶん　こうどう　　　　　　　　　　　じょうたい</small>

Diễn tả tâm trạng hoặc hành động chậm.

 Cấu trúc thường dùng だらだらする、だらだら V 「過ごす」
<small>す</small>

Lưu ý 怠けたり、むだにゆっくりしたりするイメージ。
<small>なま</small>

Lười biếng hoặc làm gì đó chậm quá mức.

---

1 Ⓐ だらだらしないで、早くやってよ。
<small>はや</small>
　 Ⓑ わかったから、ちょっと待って。
<small>ま</small>

Ⓐ *Daradara shinaide, hayaku yatte yo.*
Ⓑ *Wakatta kara, chotto matte.*

Ⓐ Đừng có lề mề nữa, nhanh lên!
Ⓑ Con biết rồi, đợi 1 chút đi ạ!

---

2 ★ こう暑いと、つい、だらだらしちゃう。
<small>あつ</small>

★ *Kō atsui to, tsui, daradara shichau.*

★ Nóng thế này nên cứ lờ đà lờ đờ.

音
おと

26 ㉓

トントン

Tonton

Cốc cốc

物を軽くたたいたときの音。
もの　かる　　　　　　　おと
Âm thanh khi gõ nhẹ.

Cấu trúc thường dùng トントンＶ「たたく」、トントンとＶ、名詞「**トントン拍子**」(順調に進むこと)
めいし　　　　びょうし　じゅんちょう　すす

Lưu ý 肩や背中を軽く続けてたたくときや、階段を上下する足音にも使う。
かた　せなか　かる　つづ　　　　　　かいだん　じょうげ　あしおと　つか
Dùng khi gõ nhẹ liên tiếp vào vai, lưng hoặc tiếng bước chân lên xuống cầu thang.

1 Ⓐ ドアをトントンとたたいてみて。

　 Ⓑ たたいてみたけど、誰もいないみたい。
　　　　　　　　　　　　だれ

Ⓐ *Doa o tonton to tataite mite.*

Ⓑ *Tataite mita kedo, dare mo inai mitai.*

Ⓐ Thử gõ cốc cốc vào cửa đi!

Ⓑ Gõ rồi nhưng hình như không có ai.

2 ★ 肩をトントンとたたかれたので、振り
　　 かた　　　　　　　　　　　　　　　　ふ
　　 返ったら、青木さんだった。
　　 かえ　　　　あおき

★ *Kata o tonton to tatakareta node, furikaettara, Aoki-san datta.*

★ Bị ai đó vỗ vào vai, quay lại thì hóa ra là anh Aoki.

Cách dùng khác

※ トントン拍子：物事が調子よく進むことを表す慣用句。
　　　　びょうし　ものごと　ちょうし　　すす　　　　あらわ　かんようく
Là quán ngữ thể hiện công việc tiến triển tốt đều đều.

例 彼はトントン拍子に出世したよね。
かれ　　　　　　びょうし　しゅっせ

Kare wa tonton byōshi ni shusse shita yo ne.

Anh ấy cứ thăng tiến đều đều nhỉ.

27

ドンドン
Dondon

Rầm rầm

物を続けて強くたたいたり、打ったりするときの音。
もの つづ つよ おと

Âm thanh khi gõ mạnh, đánh mạnh vào vật.

 ドンドンV「たたく」「打つ」、ドンドンとV
う

Lưu ý 低くて大きな音に使う。ノック音の場合は乱暴な印象を与える。
ひく おお おと つか おん ばあい らんぼう いんしょう あた

Dùng cho âm thanh lớn, nặng. Nếu là âm thanh gõ cửa thì gây ấn tượng khá hung bạo.

---

1 Ⓐ 何か ドンドン 打つ音、聞こえない？
なに う おと き

Ⓑ ああ、あれは隣の幼稚園で太鼓をたたいて
となり ようちえん たいこ
いるんだよ。

Ⓐ *Nani ka dondon utsu oto, kikoe nai?*

Ⓑ *Ā, are wa tonari no yōchien de taiko o tataite iru n da yo.*

Ⓐ Cậu có nghe thấy tiếng gõ rầm rầm không?

Ⓑ Ừ, là tiếng gõ trống của trường mẫu giáo bên cạnh đấy!

---

2 Ⓐ 誰？ あんなにドアをドンドン叩いて。
だれ たた

Ⓑ ひろしちゃんよ。ほら、「こんにちは！」って
言ってる。
い

Ⓐ *Dare? Anna ni doa o dondon tataite.*

Ⓑ *Hiroshi chan yo. Hora, "Konnichiwa!" tte itteru.*

Ⓐ Ai đó? Sao gõ cửa rầm rầm thế.

Ⓑ Là con Hiroshi đó. Đó, nó đang nói "xin chào" đấy!

28

ガンガン →p.146

Gangan

Ầm ầm

大きな音や声が響いて、やかましい様子。
Âm thanh hay giọng nói vang, khó chịu.

Cấu trúc thường dùng ガンガン V 「打つ」「たたく」「響く」、ガンガンと V

Lưu ý 頭の中で音がやかましく響く感じ。頭痛を表すときにも使う。
Có cảm giác âm thanh vang trong đầu rất khó chịu. Còn được sử dụng khi muốn nói đến sự đau đầu.

---

1 Ⓐ 工事の音がガンガン響いて、頭が痛くなる。
　 Ⓑ うん…。早く終わってほしいね。

Ⓐ Tiếng sửa chữa ầm ầm đau hết cả đầu.
Ⓑ Ừ, mong họ làm xong sớm sớm đi nhỉ.

Ⓐ *Kōji no oto ga gangan hibīte, atama ga itaku naru.*
Ⓑ *Un…. Hayaku owatte hoshī ne.*

---

2 ★ 先生の怒鳴り声が教室中にガンガン響いた。

★ Tiếng thầy quát vang ầm ầm trong lớp học.

★ *Sensē no donarigoe ga kyōshitsu jū ni gangan hibīta.*

Cách dùng khác ※「遠慮しないで勢いよく」などの意味もある。
「ガンガン」còn có nghĩa "cứ thoải mái không phải ngại"·

例 好きな音楽をガンガンかけて、みんなで踊りました。
Sukina ongaku o gangan kakete, minna de odorimashita.
Bật thoải mái những bản nhạc yêu thích và cùng mọi người nhảy.

29

24

バタバタ
Batabata

Lắc lư, lung lay, phành phạch

① 固定された物が、風に吹かれて音を立てながら動く様子。
② 鳥の羽が立てる大きな音。

① Vật đã được cố định bị lung lay phát ra tiếng khi bị gió thổi.
② Tiếng chim vỗ cánh.

 Cấu trúc thường dùng バタバタする、バタバタV「音を立てる」、バタバタとV

Lưu ý 手や足を激しく動かすことや、忙しくて落ち着かないことも表す。
Diễn tả việc lắc mạnh chân tay, hay bận bịu quá không ngồi yên.

---

1 Ⓐ 鳥小屋に猫かなんか入ったんじゃない？
　 Ⓑ そうかも。鳥がバタバタしてる音が聞こえたね。

　 Ⓐ *Torigoya ni neko ka nan ka haitta n ja nai?*
　 Ⓑ *Sō kamo. Tori ga batabata shiteru oto ga kikoeta ne.*

Ⓐ Có con mèo hay gì đó vào chuồng chim thì phải?
Ⓑ Chắc thế, nghe thấy tiếng con chim đập cánh phành phạch mà.

---

2 ★ 風が強くて、テントがバタバタ音を立てている。

　 ★ *Kaze ga tsuyokute, tento ga batabata oto o tatete iru.*

★ Gió mạnh khiến căn lều lung lay phần phật.

 Cách dùng khác ✳ バタバタする：忙しく、落ち着かない様子を表す。
Diễn tả trạng thái bận rộn, không ngơi nghỉ.

例 来週引っ越しなのでバタバタしています。
Raishū hikkoshi nanode, batabata shite imasu.
Vì tuần sau chuyển nhà nên cứ bận luôn chân luôn tay.

30

ガタガタ
Gatagata

Rung lắc, lập cập, lạch cạch

硬いものが風や力を受けて揺れ動くときの音。小刻みに震える様子。

Diễn tả âm thanh vật cứng rung lắc do gió hay bị lực tác động. Hoặc trạng thái run lẩy bẩy.

 Cấu trúc thường dùng ガタガタする、ガタガタ V「揺れる」

Lưu ý 大きな音や大きな震えは「ガタガタ」、小さい場合は「カタカタ」を使う。

Khi có âm thanh lớn, rung lắc mạnh thì dùng「ガタガタ」, còn khi nhỏ thì dùng「カタカタ」.

---

1 Ⓐ 風が吹くと窓がガタガタするね。
　Ⓑ この建物、相当古そうだからね。

　Ⓐ *Kaze ga fuku to mado ga gatagata suru ne.*
　Ⓑ *Kono tatemono, sōtō furusō dakara ne.*

Ⓐ Gió thổi là cửa sổ lại rung lên lạch cạch nhỉ.
Ⓑ Tòa nhà này cũng cũ lắm rồi mà.

---

2 ★ その時はほんとに寒くて、ガタガタ震えてました。

　★ *Sono toki wa honto ni samukute, gatagata furuetemashita.*

★ Lúc đó thực sự lạnh cóng, người run rẩy lập cập.

 ✲ 組織がこわれかかっている様子を表すこともある。

Cũng được dùng để nói về sự đi xuống của một tổ chức.

例 今の監督に代わって、チームがガタガタになった。

Ima no kantoku ni kawatte, chīmu ga gatagata ni natta.

Từ khi thay huấn luyện viên này thì đội rời rạc hẳn.

不安定
ふ あんてい

Bất ổn, bập bênh

31

(25)

うろうろ
Urouro

Luẩn quẩn, đi qua đi lại

行く方向や場所がはっきりせず、
あちこち歩きまわる様子。

Diễn tả hành động đi lòng vòng, không
rõ phương hướng hay nơi định đi.

Cấu trúc thường dùng うろうろする、うろうろV「歩き回る」
あるまわ

Lưu ý 動く範囲はあまり広くない場合が多い。
うご　はんい　　　　ひろ　　　　　ば あい　おお

Thường dùng với phạm vi di chuyển không rộng lắm.

1　Ⓐ ごはん、まだー？　おなか、すいた。

Ⓑ じゃまだから、台所をうろうろしないで。
だいどころ
もう、できるから。

Ⓐ *Gohan, madā? Onaka, suita.*
Ⓑ *Jama dakara, daidokoro o urouro shinaide.
Mō, dekiru kara.*

Ⓐ Cơm vẫn chưa được
ạ? Con đói quá rồi.
Ⓑ Vướng quá đừng
luẩn quẩn trong bếp
nữa. Sắp được rồi.

2　Ⓐ すみません、お待たせして。入口がわから
ま　　　　　　いりぐち
なくて、うろうろしてしまいました。

Ⓑ いえいえ。ここ、ちょっとわかりにくいで
すよね。

Ⓐ *Sumimasen, omatase shite. Iriguchi ga
wakaranakute, urouro shite shimaimashita.*
Ⓑ *Ieie. Koko, chotto wakari nikui desu yo ne.*

Ⓐ Xin lỗi đã để anh
phải đợi. Không biết
cửa vào nên tôi cứ
luẩn quẩn mãi.
Ⓑ Dạ không sao. Chỗ
này hơi khó tìm nhỉ.

32

キョロキョロ

Ngơ ngác, ngáo ngơ

Kyorokyoro

落ち着きなく、あたりを見回す
様子。

Diễn tả hành động nhìn xung quanh
không ngơi.

 キョロキョロする、キョロキョロＶ「周りを見る」

Lưu ý 初めての場所に来たとき、何かを探しているときなどによく使う。
Thường dùng khi lần đầu tiên đến một nơi nào đó hay đang tìm gì đó.

---

1 Ⓐ どうしたの、キョロキョロして。

　Ⓑ どこかにコンビニがないかなあと思って。

Ⓐ Sao thế? Cứ ngó
nghiêng mãi vậy?

Ⓑ Quanh đây có cửa hàng
tiện ích nào không nhỉ?

Ⓐ *Dōshita no, kyorokyoro shite.*
Ⓑ *Dokoka ni konbini ga nai kanā to omotte.*

2 ★ こんな高級ホテルに入るのは初めてだか
ら、つい、キョロキョロしちゃう。

★ Lần đầu tiên được vào
khách sạn sang trọng
như thế nên cứ ngơ
ngơ ngác ngác.

★ *Konna kōkyū hoteru ni hairu no wa
hajimete dakara, tsui, kyorokyoro
shichau.*

33　（26）

グラグラ
Guragura

Lung lay

物が安定せず、大きく揺れる様子。
もの　あんてい　　　　　　おお　　ゆ　　　　よう　す
Diễn tả trạng thái lắc mạnh, không vững.

Cấu trúc thường dùng グラグラする、グラグラV「揺れる」
ゆ

Lưu ý 固定されていたものが、ゆるくなっているときによく使う。
こてい
Thường dùng khi vật đã được cố định bị lỏng lẻo.
つか

---

1 🅐 どうしましたか。
　🅑 ここの歯がグラグラするんです。
　　　　　は

🅐 Chị bị sao thế ạ?
🅑 Cái răng chỗ này lung lay bác sĩ ạ.

🅐 *Dō shimashita ka?*
🅑 *Koko no ha ga guragura suru n desu.*

---

2 🅐 この棚、グラグラしてる。大丈夫かなあ。
　　　　たな　　　　　　　　だいじょう ぶ
　🅑 ああ…ねじがはずれてるよ。

🅐 Cái giá này lung lay quá. Bị sao nhỉ?
🅑 À... Ốc bị lỏng ấy mà.

🅐 *Kono tana, guragura shiteru. Daijōbu kanā.*
🅑 *Ā…neji ga hazureteru yo.*

Cách dùng khác　※ 気持ちが揺れている様子を表すこともある。
きも　　ゆ　　　　よう す　　あらわ
　　　Cũng được sử dụng khi muốn nói về tâm trạng phân vân, lung lay.
　　※ 例 会社やめようかどうしようか、グラグラしている。
かいしゃ
　　　Kaisha yameyō ka dō shiyō ka, guragura shite iru.
　　　Tớ đang phân vân định nghỉ việc đây.

34

ゆらゆら
Yurayura

Lắc lư, rung rinh

物がゆっくり大きく、くり返し揺れている様子。
Diễn tả trạng thái đung đưa từ từ lặp đi lặp lại của sự vật.

Cấu trúc thường dùng ゆらゆらする、ゆらゆらＶ 「揺れる」、ゆらゆらとＶ

Lưu ý 大きな力を受けて揺れているものについて言う。
Dùng để nói về sự vật đung đưa khi chịu lực mạnh.

---

1 波が高いから船が**ゆらゆら**するよ、きっと。

🅑 そうだね。

🅐 *Nami ga takai kara fune ga yurayura suru yo, kitto.*

🅑 *Sō da ne.*

🅐 Sóng lớn thì tàu chắc chắc lắc lư nhỉ.

🅑 Ừ, đúng đấy!

2 ⭐ ここ、**ゆらゆら**揺れる。気をつけて歩いて。

⭐ *Koko, yurayura yureru. Ki o tsukete aruite.*

⭐ Chỗ này hơi lắc lư đấy. Đi cẩn thận nhé!

---

35 (27)

ふらふら
Furafura

Lảo đảo

揺れ動いて安定していない様子。
ゆ　うご　　あんてい　　　　　　よう す
Diễn tả trạng thái không vững, lắc lư.

 Cấu trúc thường dùng ふらふらする、ふらふらとV

Lưu ý 体に力が入らず、ふつうに立ったり歩いたりできないときによく使う。
からだ　ちから　はい　　　　　　　　　　　た　　　　ある　　　　　　　　　　　　　つか
Thường dùng khi không thể đứng hay đi bình thường, cơ thể không còn sức lực.

1　Ⓐ まだ熱があるんじゃない？
　　　　　　ねつ
　　Ⓑ うん。体がちょっとふらふらする。
　　　　　　　　からだ

　Ⓐ *Mada netsu ga aru n ja nai?*
　Ⓑ *Un. Karada ga chotto furafura suru.*

Ⓐ Anh vẫn còn sốt đấy!
Ⓑ Ừ, người vẫn hơi lảo đảo.

2　Ⓐ ３時間くらい歩いたかなあ。疲れたね。
　　　　じ かん　　　　　ある　　　　　　　　つか
　　Ⓑ もう、ふらふらだよ。朝からまだ何も
　　　　　　　　　　　　　　　あさ　　　　　なに
　　　　食べてないし。
　　　　た

　Ⓐ *San-jikan kurai aruita kanā. Tsukareta ne.*
　Ⓑ *Mō, furafura dayo. Asa kara mada nani mo
　　　tabete nai shi.*

Ⓐ Chắc phải đi 3 tiếng
đồng hồ rồi. Mệt quá!
Ⓑ Ôi, lảo đảo cả rồi ấy.
Từ sáng còn chưa
được ăn gì.

 ✳ 行動や生活が不安定な状態を表すこともある。
　　　　　　こうどう　　せいかつ　ふ あんてい　じょうたい　あらわ
　　Cũng được dùng để diễn tả trạng thái bất ổn định của hành động hay
　　cuộc sống.

例 卒業後、ふらふらしていた時期もありました。
　　そつぎょう ご　　　　　　　　　　　　　　　じ き
　Sotsugyō go, furafura shite ita jiki mo arimashita.
　Sau khi tốt nghiệp cũng có thời gian tôi lông bông.

36

ぶらぶら
Burabura

Lủng lẳng,
lang thang

① ぶら下がったものが揺れ動く様子。
② 目的がないまま行動したり生活したりする様子。

① Trạng thái lắc lư của sự vật được treo.
② Diễn tả hành động hay cuộc sống không có mục đích.

Cấu trúc thường dùng ぶらぶらする、ぶらぶらV「歩く」、ぶらぶらとV

Lưu ý 主に「ぶらぶらする」「ぶらぶらさせる」など動詞の形で使う。
Thường dùng với dạng động từ「ぶらぶらする」「ぶらぶらさせる」。

---

1 ★ 〈スポーツジムで〉では次に、両手をぶらぶらさせてください。

★ 〈Tại phòng tập gym〉
Tiếp theo hãy thả lỏng
hai tay!

★ 〈Supōtsu jimu de〉 Dewa tsugi ni, ryōte o
burabura sasete kudasai.

---

2 Ⓐ どこにいたんですか。
Ⓑ ちょっと時間があったから、公園をぶらぶらしていました。

Ⓐ Đi đâu nãy giờ vậy?
Ⓑ Có thời gian nên tôi
lang thang ngoài công
viên.

Ⓐ Doko ni ita n desu ka?
Ⓑ Chotto jikan ga atta kara, kōen o
burabura shite imashita.

隠れて
かく

Trốn, nấp

37

(28)

ひそひそ
Hisohiso

Thì thào, xì xào

周りに聞こえないように小さな声で話す様子。
まわ　　き　　　　　　　　　　　　　　　ちい　　こえ　はな　よう す
Cách nói chuyện bằng giọng nhỏ để xung quanh không nghe thấy.

Cấu trúc thường dùng ひそひそV 「話す」「言う」「悪口を言う」、ひそひそとV、
　　　　　　　　　　　　　はな　　　　い　　わるぐち　い
名詞「ひそひそ話」
めい し　　　　　　　　　ばなし

Lưu ý 主に、人に聞かれたくない話をするときに使う。
　　　　おも　　ひと　き　　　　　　はなし
Chủ yếu dùng khi nói chuyện không muốn người khác nghe thấy.

---

1 Ⓐ なに、二人でひそひそ話してるの？
　　　　　　 ふたり　　　　　　　　 はな
　　Ⓑ 別に。なんでもないよ。
　　　　べつ

Ⓐ *Nani, futari de hisohiso hanashiteru no?*
Ⓑ *Betsuni. Nandemo nai yo.*

Ⓐ Hai người đang thì thào nói chuyện gì đấy?
Ⓑ Không. Có gì đâu.

---

2 ★ ひそひそ話さないで、言いたいことが
　　　　　　　 はな　　　　　　　 い
　　あったら、言ってください。
　　　　　　　 い

★ *Hisohiso hanasanaide, ītai koto ga attara, itte kudasai.*

★ Đừng có thì thà thì thào nữa, có gì muốn nói thì cứ nói đi!

Cách dùng khác

✳ 密か(な) *hisoka (na)*：âm thầm, lặng lẽ
　 ひそ
　 例 密かな楽しみ *hisokana tanoshimi*：niềm vui âm thầm
　　　 ひそ　　　たの

✳ 単に小さい声で話すときは「小声で（言う、話す）」と言う。
　 たん　ちい　こえ　はな　　　　　　こごえ　い　　はな　　　い
　 Khi nói bằng giọng nhỏ đơn thuần thì dùng cách nói 「小声で（言う、話す）」.

38

こそこそ

Kosokoso

Lén lút, thậm thụt

人に知られないように陰で静かに何かをする様子。

Làm gì đó giấu diếm để người khác không nhận ra.

 Cấu trúc thường dùng こそこそする、こそこそV 「話す」「言う」、こそこそとV

Lưu ý 「ひそひそ」は声だけに使うが、「こそこそ」は隠したい行動全般に使う。

「ひそひそ」chỉ dùng là giọng nói nhưng 「こそこそ」dùng cho tất cả hành động muốn giấu diếm.

---

1 Ⓐ そんなところで、何をこそこそやってるの？

　Ⓑ えっ？　何もしてないよ。

　Ⓐ *Sonna tokoro de, nani o kosokoso yatteru no?*

　Ⓑ *Ett? Nani mo shite nai yo.*

Ⓐ Làm gì lén lén lút lút ở đó vậy hả?

Ⓑ Ơ? Có làm gì đâu nào.

---

2 Ⓐ あれ？　石川君がいないね。

　Ⓑ 片づけがいやだから、こそこそ帰ったんだよ。勝手なんだから。

　Ⓐ *Are? Ishikawa kun ga inai ne.*

　Ⓑ *Katazuke ga iya dakara, kosokoso kaetta n da yo. Katte nan dakara.*

Ⓐ Ủa? Không thấy cậu Ishikawa đâu nhỉ?

Ⓑ Chắc không thích dọn dẹp nên đã lén lút về rồi. Đúng là ích kỉ vô kỉ luật.

その他_た　　　　　　　　　　　　　　　**Khác**

39 ㉙

イチャイチャ

Ichaicha

Tình tứ, đùa giỡn

互いに甘えたりふざけ合ったりする。
<ruby>互<rt>たが</rt></ruby>　<ruby>甘<rt>あま</rt></ruby>　　　　　<ruby>合<rt>あ</rt></ruby>

Hành động của hai người đùa giỡn tình cảm với nhau.

Cấu trúc thường dùng イチャイチャする、イチャイチャとV

Lưu ý うらやましい気持ちや非難の気持ちを込めて使うことが多い。
きも　　　　ひなん　きも　こ　つか　　おお
Thường dùng với cảm giác ghen tị hoặc phê phán.

---

1 Ⓐ いいなあ、あの二人<rt>ふたり</rt>。あんなふうに
イチャイチャしてみたい。

　Ⓑ じゃ、早<rt>はや</rt>く恋人<rt>こいびと</rt>をつくったら？

Ⓐ Īnā, ano futari. Anna fū ni ichaicha
shite mitai.

Ⓑ Ja, hayaku koibito o tsukuttara?

Ⓐ Hai người kia trông ghen tị
chưa kìa. Mình cũng muốn tình
tứ như thế kia.
Ⓑ Thế thì mau tìm người yêu thôi!

---

2 ★ 公園<rt>こうえん</rt>に行<rt>い</rt>ったら、イチャイチャして
いるカップルばかりだった。

 Kōen ni ittara, ichaicha shite iru
kappuru bakari datta.

★ Ra công viên là thấy bao nhiêu
cặp đang ngồi tình tứ với nhau.

PART 3

ものの状態を表す・強調する
じょうたい　　あらわ　　きょうちょう
Diễn tả, nhấn mạnh trạng thái

水、油
みず　あぶら
Nước, dầu

触った感触、見た感じ
さわ　　かんしょく　み　かん
Cảm giác khi chạm vào, nhìn thấy

輝き
かがや
Tỏa sáng, lấp lánh

元の形を失う
もと　かたち　うしな
Không còn hình dạng ban đầu

混乱
こんらん
Rối loạn

柔らかさ
やわ
Mềm mại

つくり
Hình thức

サイズ
Kích cỡ

密度、程度
みつど　　ていど
Mật độ, mức độ

いっぱい
Đầy ắp

多少
たしょう
Ít nhiều

密度
みつど
Mật độ

限界
げんかい
Giới hạn

温度
おんど
Nhiệt độ

料理・味
りょうり　あじ
Món ăn, vị

余裕
よゆう
Thoải mái

天気
てんき
Thời tiết

人の状態
ひと　じょうたい
Trạng thái của người

体調
たいちょう
Thể trạng

全部クリア
ぜんぶ
Rõ ràng

程度
ていど
Mức độ

その他
た
Khác

水、油
みず　あぶら

Nước, dầu

1

（30）

びしょびしょ

Bishobisho

Ướt sũng

びしょびしょ

全体にひどく濡れて、水分を含んでいる
ぜんたい　　　　ぬ　　　　　すいぶん　ふく
様子。
ようす
Trạng thái ướt đẫm toàn thân.

> **Cấu trúc thường dùng** びしょびしょだ、びしょびしょにV「濡れる」「なる」、
> 名詞「びしょ濡れ」
> めいし　　　　ぬ

> **Lưu ý** 不快な気持ちを込めて言う。
> ふかい　きも　こ　い
> Thường nói bao hàm cảm giác khó chịu.

---

1 Ⓐ わあ、どうしたの？

　Ⓑ 途中で雨が降ってきて、びしょびしょ
　　とちゅう　あめ　ふ
　　になっちゃって。

Ⓐ Ối, làm sao thế kia?
Ⓑ Giữa chừng trời mưa nên ướt sũng luôn.

Ⓐ *Wā, dōshitano?*
Ⓑ *Tochū de ame ga futte kite, bishobisho ni nacchatte.*

---

2 ★ 公園の噴水が突然こわれて、びしょび
　　こうえん　ふんすい　とつぜん
　　しょに濡れてしまいました。
　　　　ぬ

★ Đài phun nước ngoài công viên bỗng dưng hỏng nên ướt sũng luôn.

★ *Kōen no funsui ga totsuzen kowarete, bishobisho ni nurete shimaimashita.*

Cách dùng khác

✳ びっしょり：「びしょびしょ」と基本的に同じ。水分を多く含
　　　　　　　　　　　　　きほんてき　おな　すいぶん　おお　ふく
むことを強調した表現。
きょうちょう　ひょうげん
Cơ bản giống với「びしょびしょ」. Là cách nói nhấn mạnh việc đang ướt đầy nước.

例 ラクビーの試合が終わったら、汗でびっしょりだった。
　　　　　　しあい　お　　　　　あせ
Ragubī no shiai ga owattara ase de bisshori datta.
Kết thúc trận đấu bóng bầu dục thì cũng ướt đẫm mồ hôi.

2

ベトベト
Betobeto

Dính nhớp nháp

粘り気のあるものが、人の体や物に付いて、なかなか離れない状態。
Trạng thái vật có chất kính dính vào người hay vật khác, khó gỡ ra.

 Cấu trúc thường dùng ベトベトだ、ベトベトにV、ベトベトとV

Lưu ý 粘り気や湿気の強いものが不快に感じるときに使う。
Dùng khi cảm thấy khó chịu với vật có keo dính hay bị ướt.

---

1 Ⓐ 汗で服がベトベトして気持ち悪い。
Ⓑ 私も。早く涼しい所に入ろう。

Ⓐ *Ase de fuku ga betobeto shite kimochi warui.*
Ⓑ *Watashi mo. Hayaku suzushī tokoro ni hairō.*

Ⓐ Áo dính mồ nhớp nháp kinh quá.
Ⓑ Tớ cũng thế. Mau vào chỗ nào mát đi.

---

2 Ⓐ 服にはちみつがついて、ベトベトになっちゃったよ。
Ⓑ ああ、そこ？ でも、洗えばすぐ落ちるよ。

Ⓐ *Fuku ni hachimitsu ga tsuite, betobeto ni nacchatta yo.*
Ⓑ *Ā soko? Demo, araeba sugu ochiru yo.*

Ⓐ Mật ong dính vào áo nhớp nháp quá.
Ⓑ À, chỗ đó ấy hả? Nhưng giặt là sạch ngay mà.

Cách dùng khác ✱ ベットリ：「ベトベト」と基本的に同じ。粘りを強調した表現。
Cách dùng cơ bản giống với 「ベトベト」. Là cách nói nhấn mạnh độ dính.

例 車の修理をしたら、服に油がベットリ。落ちないかも。
Kuruma no shūri o shitara, fuku ni abura ga bettori. Ochinai kamo.
Sửa ô tô xong dầu mỡ dính đầy vào quần áo. Chắc không sạch được mất.

3

ぬるぬる
Nurunuru

Trơn dính

表面が、粘り気のある液体におおわれて、すべりやすい状態。
ひょうめん　　ねば　け　　　えきたい　　　　　　　　　　　　　　　　　　　　　じょうたい

Trạng thái bề mặt bị chất lỏng có độ dính bao phủ, dễ trơn trượt.

Cấu trúc thường dùng ぬるぬるＶ「すべる」、ぬるぬるとＶ

Lưu ý 粘り気のある液体に触れて、不快に感じるときに使う。
ねば　け　　　えきたい　　ふ　　　　　ふかい　かん　　　　　　つか

Dùng khi cảm thấy khó chịu khi chạm vào chất lỏng có độ dính.

---

1 あ、そこ気をつけて！
き

Ⓑ わあ、**ぬるぬる**すべって危ないね。
あぶ

Ⓐ Ôi, cẩn thận chỗ đó!
Ⓑ Ôi, trơn nhớp nháp nguy hiểm nhỉ!

Ⓐ *A, soko ki o tsukete!*
Ⓑ *Wā, nurunuru subette abunai ne.*

---

2 ★ 手にクリームをつけすぎて、**ぬるぬる**し
て　　　　　　　　　　　　　　　　　　　　　　　　　ている。

★ Bôi nhiều kem vào tay quá nên tay nhớp nháp.

★ *Te ni kurīmu o tsuke sugite, nurunuru shite iru.*

4

ネバネバ
Nebaneba

Nhơn nhớt

よく粘って、ものにつきやすい状態。
また、簡単に切ったり離したりしにくい状態。

Trạng thái keo dính, dễ dính vào vật khác. Hoặc trạng thái khó tách rời ra.

 Cấu trúc thường dùng ネバネバする、ネバネバとV

Lưu ý 粘り気のある食べ物について、よく言う。
Thường nói về thực phẩm có sự kết dịnh.

---

1 Ⓐ これ、すごくネバネバしていますね。

Ⓑ ネバネバする野菜は健康にいいそうですよ。

Ⓐ Món này nhơn nhớt ấy nhỉ.

Ⓑ Rau nhớt mới tốt cho sức khỏe đấy!

Ⓐ *Kore, sugoku nebaneba shite imasu ne.*
Ⓑ *Nebaneba suru yasai wa kenkō ni ī sō desu yo.*

---

2 ★ 納豆はネバネバしているから、ちょっと苦手です。

★ Món natto nhơn nhớt nên tôi không ăn được.

★ *Nattō wa nebaneba shite iru kara, chotto nigate desu.*

触った感触、見た感じ　**Cảm giác khi chạm vào, nhìn thấy**

5　（32）

ざらざら

Zarazara

Sần sùi

触った感じがなめらかでなく、
荒い様子。

Cảm giác khi sờ vào thô ráp, không
trơn tru.

 Cấu trúc thường dùng ざらざらする、ざらざらとV

Lưu ý「すべすべ」や「つるつる」と反対。
Từ trái nghĩa là「すべすべ」và「つるつる」.

---

1 Ⓐ〈ソファー売り場〉こちらはいかがですか。

Ⓑ デザインは好きですが、表面がざらざら
してるのがちょっと…。

Ⓐ〈ソファー売り場〉Cái này thế nào ạ?

Ⓑ Tôi thích thiết kế này nhưng bề mặt sần sùi tôi không thích lắm….

Ⓐ〈*Sofā uriba*〉*Kochira wa ikaga desu ka?*
Ⓑ *Dezain wa suki desu ga, hyōmen ga zarazara shiteru no ga chotto…*.

---

2 Ⓐ この名刺、いいですね。この、ちょっと
ざらざらした紙がいいです。

Ⓐ Danh thiếp này hay quá. Giấy hơi sần sùi lại hay nhỉ.

Ⓐ *Kono mēshi ī desu ne. Kono, chotto zarazara shita kami ga ī desu.*

6

すべすべ
Subesube

Trơn láng, mịn màng

触った感じがなめらかで好ましい様子。
Cảm giác khi sờ vào mịn màng như mong đợi.

Cấu trúc thường dùng  すべすべする、すべすべの N

Lưu ý 主にやわらかいものに対して使う。「ざらざら」などと反対の意味。
Dùng chủ yếu với vật mềm. Từ trái nghĩa là 「ざらざら」.

---

1 Ⓐ さくらさんの手、すべすべだね。何か
  つけてるの？

  Ⓑ クリームをちょっとね。

  Ⓐ *Sakura san no te, subesube dane. Nani
    ka tsuketeru no?*
  Ⓑ *Kurīmu o chotto ne.*

Ⓐ Tay của Sakura mịn màng
  nhỉ. Cậu bôi gì vậy?
Ⓑ Mình bôi chút kem thôi.

---

2 Ⓐ ここの温泉、肌がすべすべになるって。
  Ⓑ いいねえ。楽しみ。

  Ⓐ *Koko no onsen, hada ga subesube ni
    narutte.*
  Ⓑ *Ī nē. Tanoshimi.*

Ⓐ Suối nước nóng ở đây làm
  da mịn màng đấy.
Ⓑ Thích quá. Mau tắm thôi.

7

33

つやつや
Tsuyatsuya

Bóng mượt

表面がなめらがで、光を受けて輝く様子。
<ruby>表面<rt>ひょうめん</rt></ruby>　<ruby>光<rt>ひかり</rt></ruby>　<ruby>受<rt>う</rt></ruby>　<ruby>輝<rt>かがや</rt></ruby>　<ruby>様子<rt>ようす</rt></ruby>
Bề mặt mịn màng, láng bóng.

Cấu trúc thường dùng つやつやする、つやつやとV、つやつやなN

Lưu ý <ruby>髪<rt>かみ</rt></ruby>や<ruby>肌<rt>はだ</rt></ruby>をほめるときに<ruby>使<rt>つか</rt></ruby>うことが<ruby>多<rt>おお</rt></ruby>い。
Thường dùng khi khen tóc hay da.

---

1 Ⓐ <ruby>髪<rt>かみ</rt></ruby>がつやつやで、うらやましいな。

　Ⓑ <ruby>最近<rt>さいきん</rt></ruby>、ちょっといいシャンプーを<ruby>使<rt>つか</rt></ruby>ってるんだ。

Ⓐ Tóc cậu bóng mượt thích quá.
Ⓑ Dạo này tớ dùng dầu gội tốt mà.

Ⓐ *Kami ga tsuyatsuya de, urayamashī na.*
Ⓑ *Saikin, chotto ī shanpū o tsukatteru n da.*

---

2 ★ この<ruby>美容液<rt>びようえき</rt></ruby>を<ruby>使<rt>つか</rt></ruby>うと、つやつやなお<ruby>肌<rt>はだ</rt></ruby>になりますよ。

★ Dùng kem dưỡng da này da sẽ mượt mà lắm.

★ *Kono biyōeki o tsukau to, tsuyatsuya na ohada ni narimasu yo.*

8

ツルツル
Tsurutsuru

Trơn, bóng

触った感じがなめらかでつやがあり、すべりやすい様子。
Cảm giác khi sờ vào mượt mà, có độ bóng, dễ trơn trượt.

Cấu trúc thường dùng ツルツルする、ツルツルV「すべる」、ツルツルとV、ツルツルなN

Lưu ý 主に表面が硬いもの、水や油を含んだものに対して使う。
Chủ yếu dùng với vật có bề mặt cứng, đồ vật có nước hay dầu.

1 Ⓐ この店のうどん、大好きなんだ。
　Ⓑ わかる。麺がツルツルだもんね。

Ⓐ Tớ thích mì của quán này lắm.
Ⓑ Công nhận. Sợi mì rất mượt nhỉ.

Ⓐ *Kono mise no udon, daisuki na n da.*
Ⓑ *Wakaru. Men ga tsurutsuru damon ne.*

2 ★ 雪道はツルツルしてすべりやすいから、気をつけて歩いてください。

★ Đường tuyết trơn dễ ngã nên đi cẩn thận đấy.

★ *Yukimichi wa tsurutsuru shite suberi yasui kara, ki o tsukete aruite kudasai.*

9 ⑶⑷

しっとり
Shittori

Mềm, ẩm

① 肌や髪、また、食べ物などに水分が十分ある様子。
　はだ　かみ　　　　　た　もの　　　　　すいぶん　じゅうぶん　　ようす
② 雰囲気などが、静かで落ち着いている様子。
　ふんいき　　　　しず　　お　つ　　　　　　ようす

① Da, tóc, hay đồ ăn có đủ nước.
② Người điềm tĩnh, không ồn ào.

Cấu trúc thường dùng しっとりする、しっとりとV

Lưu ý 髪や肌をほめるときに使うことが多い。②は男性をほめるときには使いに
　　　　かみ　はだ　　　　　　　　つか　　　　　おお　　　　　だんせい　　　　　　　　　　　つか
　　　　くい。

Thường dùng khi khen tóc và da. ② không dùng khi khen nam giới.

---

1 Ⓐ え？　70歳に見えないです。お肌が
　　　　　　さい　み　　　　　　　　　　はだ
　　しっとりしていて、とてもきれいです。

　Ⓑ いえ、いえ。

Ⓐ Ôi! Trông không nghĩ là bác 70 tuổi. Da thì mềm rất đẹp.
Ⓑ Cháu cứ quá khen.

Ⓐ *E? Nanaju-ssai ni mienai desu. Ohada ga shittori shite ite, totemo kirē desu.*
Ⓑ *Ie,ie.*

---

2 Ⓐ どんな方ですか。
　　　　　かた
　Ⓑ 着物がよく似合う、しっとりとした
　　きもの　　　に　あ
　　女性です。
　　じょせい

Ⓐ Cô ấy là người thế nào?
Ⓑ Là người điềm đạm rất hợp khi mặc áo kimono.

Ⓐ *Donna kata desu ka?*
Ⓑ *Kimono ga yoku niau, shittori to shita josē desu.*

10

さらさら
Sarasara

Mượt, mượt mà, suôn

① 物が、どこかで止まったりたまったりせず、軽く流れる様子。
② 湿気や粘り気がなく、乾いていることが好ましい様子。

① Sự vật không bị dừng, tắc ở đâu, trôi đều đều.
② Trạng thái không bị ẩm, không dính, rất khô ráo.

Cấu trúc thường dùng さらさらする、さらさらV「流れる」、さらさらとV、名詞「さらさら髪」

Lưu ý 表面について言う場合、「ベトベト」や「ざらざら」などが反対の語。
Nếu nói về trạng thái của bề mặt thì ngược nghĩa với「ベトベト」「ざらざら」.

---

1 川がさらさら流れてるね。
🅱 うん、水がきれい。魚が泳いでるのが よく見える。

🅰 *Kawa ga sarasara nagareteru ne.*
🅱 *Un, mizu ga kirē. Sakana ga oyoideru no ga yoku mieru.*

🅰 Nước sông trôi đều đều nhỉ.
🅱 Ừ.Nước sạch quá. Nhìn rõ cá đang bơi nữa.

---

2 ⭐ シャンプーのモデルのように、髪、 さらさらになりたい。

⭐ *Shanpū no moderu no yō ni, kami sarasara ni nari tai.*

⭐ Tôi muốn có mái tóc suôn mượt như người mẫu dầu gội đầu.

11

パサパサ
Pasapasa

Xơ xác, khô khốc

本来あるべき水分が失われ、乾いてしまっている状態。
ほんらい　　　　　　すいぶん　うしな　　　　かわ　　　　　　　　　　　　じょうたい

Trạng thái khô, mất phần nước cần có.

Cấu trúc thường dùng パサパサする、パサパサとV、名詞「パサパサ髪」
めい し　　　　　　　　　　　かみ

Lưu ý 乾燥した髪や肌によく使う。食べ物については、水分が抜けておいしくな
かんそう　　かみ　はだ　　　つか　　　た　もの　　　　　　　すいぶん　ぬ
いことを表す。
あらわ

Thường dùng cho tóc hay da khô. Khi dùng cho thức ăn có nghĩa là ít nước, không ngon.

---

1 🅐 ちょっと。このパン、古くない？
　　　　　　　　　　ふる

　🅑 ほんとだ。パサパサだね。

🅐 *Chotto. Kono pan, furuku nai?*
🅑 *Honto da. Pasapasa da ne.*

🅐 Bánh mì này cũ hay sao vậy?
🅑 Ừ nhỉ. Khô quá!

---

2 ⭐ ここは日本と違って、空気が乾燥してい
　　　　　にほん　ちが　　　　くうき　かんそう
　るから、髪がパサパサになる。
　　　　　かみ

⭐ *Koko wa nihon to chigatte, kūki ga kansō shite iru kara, kami ga pasapasa ni naru.*

⭐ Ở đây khác với Nhật, không khí khô, tóc lúc nào cũng xơ xác.

輝き
かがや

Tỏa sáng, lấp lánh

12

35

ピカピカ
Pikapika

Lấp lánh

表面が光り輝く様子。
ひょうめん　ひか　かがや　よう　す

Trạng thái bề mặt tỏa ra ánh sáng.

 Cấu trúc thường dùng ピカピカする、ピカピカ V 「輝く」「光る」、ピカピカと V
かがや　ひか

Lưu ý 新しいことや、汚れがなくきれいなことを表すときによく使う。
あたら　　　　よご　　　　　　　　　　　あらわ　　　　　つか

Thường dùng khi diễn đạt cái gì đó mới, đẹp, không bị dính bẩn.

---

1 Ⓐ 車、ピカピカですね。
くるま

Ⓑ 今日洗ったばかりなんです。
きょうあら

Ⓐ Xe bóng loáng nhỉ.
Ⓑ Vừa mới rửa mà.

Ⓐ *Kuruma, pikapika desu ne.*
Ⓑ *Kyō aratta bakari na n desu.*

---

2 ★ あ、くつ、買ったんだ。ピカピカだね。
か

★ À, mua giầy rồi à. Mới tinh nhỉ.

★ *Att, kutsu katta n da. Pikapika da ne.*

 Cách dùng khác ✲ 新しさを強調する意味でもよく使われる。
あたら　　きょうちょう　いみ　　　　　つか

Thường được dùng với ý nghĩa nhấn mạnh sự mới mẻ.

例 ピカピカの１年生、ピカピカの新品
ねんせい　　　　　　　しんぴん

Pikapika no ichi-nensē, Pikapika no shinpin

Học sinh lớp 1 mới nhập học, sản phẩm mới tinh.

13

キラキラ

Lấp lánh

Kirakira

光(ひかり)を受(う)けて輝(かがや)いている様子(ようす)。

Tỏa sáng khi hấp thụ ánh sáng.

Cấu trúc thường dùng **キラキラする、キラキラV「光(ひか)る」「輝(かがや)く」、キラキラとV、**
名詞(めいし)**「キラキラ星(ほし)」「キラキラネーム」**

Lưu ý 星(ほし)や宝石(ほうせき)、明(あ)かり、などについて言(い)う。
Dùng để nói đến ngôi sao, đá quý, ánh sáng v.v...

---

1 Ⓐ 今夜(こんや)は夜空(よぞら)がきれいだね。
Ⓑ そうだね。星(ほし)が**キラキラ**している。

Ⓐ *Kon'ya wa yozora ga kirē da ne.*
Ⓑ *Sō dane. Hoshi ga kirakira shite iru.*

Ⓐ Tối nay trời đẹp quá!
Ⓑ Ừ. Sao sáng lấp lánh kìa.

---

2 ★ 選(えら)ばれた選手(せんしゅ)たちはみな**キラキラ**と目(め)を輝(かがや)かせた。

★ *Erabareta senshu tachi wa mina kirakira to me o kagayakaseta.*

★ Các vận động viên được chọn mắt lấp lánh sáng ngời.

Cách dùng khác

比(ひ)ゆ的(てき)な表現(ひょうげん)もある。
Có thể dùng dưới dạng câu ẩn dụ.

例 彼(かれ)、最近(さいきん)、大活躍(だいかつやく)だね。**キラキラ**してる。
Kare, saikin, daikatsuyaku dane. Kirakira shiteru.
Dạo này cô ấy rất năng nổ, tỏa sáng trong công việc.

元の形を失う
もと かたち うしな

Không còn hình dạng ban đầu

14

(36)

くしゃくしゃ

Kushakusha

Nhàu nhĩ

紙や布など形のあるものが、力を
かみ ぬの かたち ちから
加えられて、しわだらけになった
くわ
状態。
じょうたい

Trạng thái nhăn nhúm do bị lực tác động
của giấy hay vải.

 Cấu trúc thường dùng くしゃくしゃだ、くしゃくしゃにV、くしゃくしゃのN

Lưu ý 全体的にしわがついてしまった状態。
ぜんたいてき じょうたい
Trạng thái tổng thể nhiều nếp nhăn.

---

1 Ⓐ あっ、その紙、捨てないで！
かみ す
Ⓑ 遅いよ。もうくしゃくしゃに丸めちゃった。
おそ まる

Ⓐ *Att, sono kami, sutenaide!*
Ⓑ *Osoi yo. Mō kushakusha ni marume chatta.*

Ⓐ Ôi, đừng vứt tờ giấy
đó đi!
Ⓑ Sao không nói sớm.
Tớ vò nhàu nhĩ mất
rồi.

2 ★ こんなくしゃくしゃのシャツじゃお客さん
きゃく
に会えないよ。
あ

★ *Konna kushakusha no shatsu ja okyakusan
ni aenai yo.*

★ Mặc áo nhăn nhúm
thế này làm sao
dám gặp khách
chứ.

15

ボロボロ

Boroboro

Cũ rích, rách nát

傷んで破れたり、形が崩れたりしている状態。

Trạng thái cũ rách, không còn giữ được hình dạng ban đầu.

> **Cấu trúc thường dùng** ボロボロに V 「なる」「する」、N がボロボロだ

> **Lưu ý** 布や皮などの状態について言うが、抽象的な事柄についても言う。
>
> Dùng để nói về trạng thái của vải vóc, da dẻ nhưng cũng để nói về một sự việc trừu tượng.

---

1 Ⓐ このじゅうたん、そろそろ取り替えない？

Ⓑ そうだね。この辺なんか、**ボロボロ**だもんね。

Ⓐ *Kono jūtan, sorosoro torikae nai?*

Ⓑ *Sō dane. Kono hen nanka, boroboro damon ne.*

Ⓐ Thảm này sắp thay được rồi đấy!

Ⓑ Ừ. Chỗ này rách bươm ra rồi.

---

2 Ⓐ 最近、ずっと忙しそうですね。

Ⓑ うん、もう体が**ボロボロ**だよ。

Ⓐ *Saikin, zutto isogashi sō desu ne.*

Ⓑ *Un, mō karada ga boroboro da yo.*

Ⓐ Dạo này cậu có vẻ bận nhỉ.

Ⓑ Ừ. Người rệu rã hết cả.

 Cách dùng khác ※ 心の状態についても言う。

Dùng để nói về trạng thái của tâm trạng.

例 彼に裏切られて、もう、心が**ボロボロ**です。

Kare ni uragirarete, mō, kokoro ga boroboro desu.

Tôi bị anh ấy phản bội nên giờ con tim tan nát.

16

バラバラ

Barabara

Gỡ tung ra, lộn xộn, tung tóe

まとまっていたものや一つだったものが、割れたり離れたりして、別々になった状態。

Trạng thái sự vật vốn gọn gàng, thành 1 khối bị vỡ, rời rạc ra.

 Cấu trúc thường dùng バラバラだ、バラバラにV、Nがバラバラだ

Lưu ý 元々一つだったものや、一つになるべきものについて言う。

Nói về sự vật vốn là một khối, 1 tổ hợp.

---

1 Ⓐ このバイク、バラバラにするから

手伝って。

Ⓑ はい。

Ⓐ Tớ định tháo rời cái xe này nên giúp một tay đi!

Ⓑ Ừ.

Ⓐ *Kono baiku, barabara ni suru kara tetsudatte.*

Ⓑ *Hai.*

---

2 ★ 話し合ったけど、みんな意見が

バラバラで、まとまらなかった。

★ Đã nói chuyện rồi nhưng mỗi người một ý khác nhau nên không thống nhất được.

★ *Hanashi atta kedo, minna iken ga barabara de, matomara nakatta.*

混乱
こんらん

Rối loạn

17

(37)

ぐちゃぐちゃ
Guchagucha

Nát bét, bừa bộn

① 水分を含んだものがつぶされたときの状態。
　すいぶん　ふく　　　　　　　　　　　　　じょうたい
② 整理が全くされず、ひどく乱れている状態。
　せいり　まった　　　　　　　　みだ　　　　じょうたい

① Trạng thái khi sự vật có nước bị vỡ.
② Trạng thái vô cùng bừa bộn , không được dọn dẹp.

Cấu trúc thường dùng　ぐちゃぐちゃする、ぐちゃぐちゃだ、ぐちゃぐちゃにV

Lưu ý つぶれて、形がすっかり崩れた状態。
　　　　　　　　かたち　　　　　くず　じょうたい
Trạng thái bị dập nát.

---

1 Ⓐ あっ、トマト落としちゃった！
　　　　　　　　　　　　お
　Ⓑ わあ。ぐちゃぐちゃになっちゃったね。

　Ⓐ *Att, tomato otoshichatta!*
　Ⓑ *Wā. Guchagucha ni nacchatta ne.*

Ⓐ Ối, mình đánh rơi cà
　chua mất rồi.
Ⓑ Oa, dập nát hết rồi.

---

2 Ⓐ 週末、遊びに行ってもいい？
　　　しゅうまつ　あそ　い
　Ⓑ だめ、だめ。今、引っ越しの準備してて、
　　　　　　　　　　いま　ひ　こ　　じゅんび
　　部屋がぐちゃぐちゃなのよ。
　　へや

　Ⓐ *Shūmatsu, asobi ni ittemo ī?*
　Ⓑ *Dame, dame. Ima, hikkoshi no junbi*
　　shitete, heya ga guchagucha nano yo.

Ⓐ Cuối tuần này tớ đến
　chơi được không?
Ⓑ Không không, giờ đang
　chuẩn bị chuyển nhà
　nên nhà bừa bộn lắm.

Cách dùng khác
✳ 抽象的なことについても言う。
　　ちゅうしょうてき　　　　　　　い
Cũng được dùng để nói về sự việc trừu tượng.

例 彼が余計なことを言うから、話がぐちゃぐちゃになったよ。
　かれ　よけい　　　　　い　　　　はなし
Kare ga yokēna koto o iu kara, hanashi ga guchagucha ni natta yo.
Anh ta nói vớ vẩn nên câu chuyện thành ra chả ra đâu vào đâu.

18

めちゃくちゃ／ めちゃめちゃ

Lộn xộn, vô cùng, vớ vẩn

→p.158

Mechakucha /Mechamecha

① どうにもならないほどこわれた状態や混乱した状態。

② 程度が激しいことを表す。

① Trạng thái hỗn loạn, bị hỏng hóc không thể cứu chữa.

② Diễn tả mức độ mạnh.

 Cấu trúc thường dùng めちゃくちゃだ、めちゃくちゃにV、めちゃくちゃなN、めっちゃ Adj

Lưu ý ②は良いことにも、悪いことにも使う。

② dùng cả với ý tốt và ý xấu.

---

1 Ⓐ えーっ、そんなめちゃくちゃな話はない
　　ですよ。

　Ⓑ ほんと、ひどいよね。

Ⓐ Ôi, làm gì có chuyện vớ vẩn như thế chứ!

Ⓑ Công nhận. Quá đáng thật nhỉ!

Ⓐ *Ētt, sonna mechakuchana hanashi wa nai desu yo.*

Ⓑ *Honto, hidoi yo ne.*

---

2 ★ 昨日、パンダを見に行ったんだけど、
　　めちゃくちゃかわいかった。

★ Hôm qua tôi đi xem gấu trúc đáng yêu vô cùng.

★ *Kinō, panda o mi ni itta n da kedo, mechakucha kawaikatta.*

 Cách dùng khác ❖「めっちゃ」の形もよく使われる。

Thường được dùng dưới dạng「めっちゃ」。

例 その漫画、めっちゃ面白いよ。

Sono manga, meccha omoshiroi yo.　Truyện tranh này hay vô cùng.

19

ごちゃごちゃ
Gochagocha

Lộn xộn, lẫn lộn

多くのものが秩序なく混ざっている様子。
おお　　　　　　ちつじょ　　　ま　　　　　　　よう す

Nhiều thứ trộn lẫn với nhau không có trật tự.

Cấu trúc thường dùng ごちゃごちゃする、ごちゃごちゃに V

Lưu ý 異なるものが混じって、わかりにくい状態になっているときに使う。
こと　　　　　　ま　　　　　　　　　　　　　じょうたい　　　　　　　　　　つか

Thường dùng khi nhiều thứ khác nhau lẫn lộn với nhau, khó phân biệt.

1　Ⓐ この本棚、古いのと新しいのがごちゃ
　　　ほんだな　ふる　　　あたら
　　　ごちゃになってるね。

　Ⓑ すみません。

Ⓐ Giá sách này lẫn lộn sách mới với sách cũ nhỉ.
Ⓑ Vâng xin thứ lỗi.

Ⓐ *Kono hondana, furui no to atarashī no ga gochagocha ni natteru ne.*
Ⓑ *Sumimasen.*

2　★ この辺は、店は多いし、道は狭いし、
　　　へん　　みせ　おお　　みち　せま
　　　ごちゃごちゃしてますね。

★ Quanh đây nhiều cửa tiệm mà đường lại nhỏ nên lộn xộn nhỉ.

★ *Kono hen wa, mise wa ōi shi, michi wa semai shi, gochagocha shite masu ne.*

Cách dùng khác ✳「文句を言う、不満を言う」などの意味もある。
もんく　い　ふまん　い　　　　　　　いみ

Còn có nghĩa "than thở, bất mãn".

例 もう、わかったから、ごちゃごちゃ言わないで。（不平を言う）
ふへい　い

Mō, wakatta kara, gochagocha iwanaide.(fufē o iu)
Hử, hiểu rồi đừng có càm ràm nữa (bất bình).

柔らかさ
やわ

Mềm mại

20

(38)

ふわふわ
Fuwafuwa

Bông, xốp

① 柔らかく、ふくらんだ様子。
　やわ　　　　　　　　　ようす

① Trạng thái mềm, căng phồng.

② 軽く漂う様子。
　かる　ただよ　ようす

② Thoang thoảng.

Cấu trúc thường dùng ふわふわV「浮かぶ」「揺れる」、ふわふわとV、ふわふわのN
　　　　　　　　　　　　　　　　う　　　　　ゆ

Lưu ý 触った感じを表すときもあれば、見た印象を表すときもある。
　　　　さわ　　かん　　あらわ　　　　　　　　み　　いんしょう　あらわ

Có thể dùng để diễn tả cảm giác khi sờ vào sự vật, hoặc cũng có thể dùng diễn tả ấn tượng nhìn thấy.

1 Ⓐ このオムレツ、ふわふわ！

　Ⓑ ほんとだ。すごく柔らかい。
　　　　　　　　　　　　　やわ

　Ⓐ *Kono omuretsu, fuwafuwa!*
　Ⓑ *Honto da. Sugoku yawarakai.*

Ⓐ Món trứng cuộn này mềm quá!
Ⓑ Ừ nhỉ. Mềm lắm!

2 ★ 黒い物が、海にふわふわ浮かんでいた。
　　　くろ　もの　　うみ　　　　　　　う

　★ *Kuroi mono ga, umi ni fuwafuwa ukande ita.*

★ Có vật màu đen nổi thấp thoáng trên biển kìa.

Cách dùng khác

✳ 落ち着きがなく、軽く、いい加減な様子も表す。
　お　つ　　　　　かる　　　　かげん　ようす　あらわ

Diễn tả trạng thái không ổn định, hời hợt, lấy lệ.

例 そんなふわふわした気持ちじゃ、この仕事はできないよ。
　　　　　　　　　　　　きも　　　　　　しごと

Sonna fuwafuwa shita kimochi ja, kono shigoto wa dekinai yo.

Tâm thế nửa vời như thế không làm được công việc này đâu.

21

ふかふか
Fukafuka

Bông mềm

柔らかくふくらんで、押すと元に戻る様子。

Trạng thái mềm mại, bông xốp, ấn vào thì lại phồng lên như ban đầu.

 Cấu trúc thường dùng ふかふかだ、ふかふかとV、ふかふかのN

Lưu ý ベッドや布団、ソファーなどに使うのが典型的な例。

Thường dùng cho giường, chăn, sofa là điển hình nhất.

1　Ⓐ わあ、気持ちいい、布団ふかふかだ。
　　Ⓑ そうでしょ？　今日、布団干したから。

　　Ⓐ *Wā, kimochi ī, futon fukafuka da.*
　　Ⓑ *Sō desho? Kyō, futon hoshita kara.*

Ⓐ Oa, thích quá! Chăn bông mềm lắm luôn!
Ⓑ Chứ gì nữa. Hôm nay vừa phơi mà.

2　★ こんなふかふかのソファーに座ってる
　　と、眠くなっちゃう。

　　★ *Konna fukafuka no sofā ni suwatteru to, nemuku nacchau.*

★ Ngồi ở cái ghế mềm thế này chỉ muốn ngủ luôn thôi.

つくり　　　　　　　　　　　　**Hình thức**

22　　　　　　　　　　　　　　　　（39）

ほっそり
Hossori

Gầy, mảnh mai

ほっそり

細く、体の線がきれいに見える様子。
<ruby>細<rt>ほそ</rt></ruby>く、<ruby>体<rt>からだ</rt></ruby>の<ruby>線<rt>せん</rt></ruby>がきれいに<ruby>見<rt>み</rt></ruby>える<ruby>様子<rt>ようす</rt></ruby>。
Gầy, nhìn thấy đường cong cơ thể.

Cấu trúc thường dùng ほっそりする、ほっそりV「やせる」、ほっそりとV

Lưu ý 手足や指など、体の一部にも使うことができる。
Có thể dùng cho chân, tay, ngón tay và cả một phần cơ thể.

---

1 Ⓐ あの**ほっそり**した<ruby>女性<rt>じょせい</rt></ruby>があなたの
　　お<ruby>姉<rt>ねえ</rt></ruby>さん？
　Ⓑ ちがう、ちがう。<ruby>姉<rt>あね</rt></ruby>はとなりの<ruby>太<rt>ふと</rt></ruby>った
　　ほう。

　Ⓐ *Ano hossori shita josē ga anata no onēsan?*
　Ⓑ *Chigau, chigau. Ane wa tonari no futotta hō.*

Ⓐ Cô trông mảnh mai kia là chị cậu hả?
Ⓑ Không phải không phải. Chị tớ là người béo bên cạnh ấy.

---

2 Ⓐ ダイエット<ruby>頑張<rt>がんば</rt></ruby>って５キロやせたよ。
　Ⓑ ほんとだ。だいぶ**ほっそり**したね。

　Ⓐ *Daietto ganbatte go-kiro yaseta yo.*
　Ⓑ *Honto da. Daibu hossori shita ne.*

Ⓐ Cố gắng ăn kiêng nên em giảm được 5kg rồi.
Ⓑ Công nhận. Nhìn gầy đi nhỉ.

23

ぽっちゃり
Pocchari

Mũm mĩm

ぽっちゃり

体に柔らかさと丸みがあり、
かわいらしい様子。

Diễn tả cơ thể có độ tròn đầy, mềm mại, đáng yêu.

Cấu trúc thường dùng ぽっちゃりする、ぽっちゃりV「太る」、ぽっちゃりとV

Lưu ý 太っていることを間接的に言うときにも使う。太った体型を好意的に表す表現だが、失礼に感じる人もいる。
Thường dùng khi muốn gián tiếp chỉ ai đó béo. Là cách nói có thiện chí về hình thể mập mạp nhưng cũng có người cảm thấy khó chịu với cách nói này.

---

1 Ⓐ だいぶ太っちゃって恥ずかしい。
Ⓑ そんなことないよ。ぽっちゃりして
かわいいよ。

Ⓐ Béo lên nhiều tớ thấy xấu hổ quá!
Ⓑ Làm gì béo đâu. Nhìn mũm mĩm đáng yêu mà!

Ⓐ *Daibu futocchatte hazukashī.*
Ⓑ *Sonna koto nai yo. Pocchari shite kawaī yo.*

---

2 ★ 子どもはぽっちゃりしているほうが
病気しないらしいよ。

★ Trẻ con nhìn cứ phải mũm mĩm trông mới khỏe mạnh.

★ *Kodomo wa pocchari shite iru hō ga byōki shinai rashī yo.*

がっしり
Gasshiri

Chắc khỏe, chắc lẳn, chắc chắn.

人の体や物のつくりが力強く、安定している様子。
ひと からだ もの ちからづよ あんてい
ようす

Vẻ ngoài của người và vật trông khỏe khoắn, chắc chắn.

 がっしりする、がっしりだ、がっしりとV

Lưu ý 人の体や家具、建物などによく使う。
ひと からだ かぐ たてもの つか
Thường dùng cho cơ thể người, đồ đạc, nhà cửa.

---

1 Ⓐ 彼、ラグビーやってたんだって。
かれ
Ⓑ なるほど。それで、体ががっしりしてるんだ。
からだ

Ⓐ *Kare, ragubī yatteta n datte.*
Ⓑ *Naruhodo. Sore de, karada ga gasshiri shiteru n da.*

Ⓐ Anh ấy nghe nói chơi bóng bầu dục đấy!
Ⓑ Thảo nào. Vì thế mà nhìn người chắc khỏe thế!

---

2 Ⓐ 荷物、このテーブルの上に置いて
にもつ うえ お
大丈夫？ かなり重いけど。
だいじょうぶ おも
Ⓑ 大丈夫だよ。そのテーブル、結構
だいじょうぶ けっこう
がっしりしてるから。

Ⓐ *Nimotsu, kono tēburu no ue ni oite daijōbu? Kanari omoi kedo.*
Ⓑ *Daijōbu dayo. Sono tēburu, kekkō gasshiri shiteru kara.*

Ⓐ Hành lí này để lên bàn có được không? Nặng ra phết đấy!
Ⓑ Yên tâm. Cái bàn đó chắc chắn lắm.

サイズ　　　　　　　　　　　　　　　　　　Kích cỡ

25　　　　　　　　　　　　　　　　　　　　　　　40

だぶだぶ
Dabudabu

Thùng thình

服が大きすぎて、ゆるんでいる様子。
Quần áo quá to, bùng nhùng.

だぶだぶ

Cấu trúc thường dùng だぶだぶだ、だぶだぶのN、だぶだぶなN

Lưu ý 服、ズボン、セーター、スーツなどが一緒によく使われる。
Thường dùng với từ liên quan tới quần, áo, áo len, áo vét v.v...

---

1 🅐 さっきのズボンはだめだったの？

🅑 うん。履いてみたら、だぶだぶだった。

🅐 *Sakki no zubon wa dame datta no?*
🅑 *Un. Haite mitara, dabudabu datta.*

🅐 Cái quần lúc này không thích hả?
🅑 Ừ, mặc thử thì bùng nhùng lắm.

---

2 ★ 太っていた頃のジャケットはだぶだぶ
で、今は着られない。

★ *Futotte ita koro no jaketto wa dabudabu
de, ima wa kirare nai.*

★ Cái áo khoác hồi béo giờ rộng thùng thình, không mặc vừa nữa.

26

ぶかぶか
Bukabuka

Rộng ngoác

くつや帽子などが大きすぎて、余っている様子。
Giầy hay mũ quá to, rộng.

Cấu trúc thường dùng ぶかぶかだ、ぶかぶかのN、ぶかぶかなN

Lưu ý くつや帽子、ズボンなどが一緒によく使われる。
Thường dùng với từ liên quan đến mũ, giầy, quần v.v...

---

1 Ⓐ ダイエットしたら、靴までぶかぶかに
　　 なっちゃった。

　 Ⓑ えっ、そうなの？

　 Ⓐ *Daietto shitara, kutsu made bukabuka ni*
　　 nacchatta.
　 Ⓑ *Ett, sō na no?*

Ⓐ Tớ ăn kiêng nên giờ giầy
　 cũng rộng ngoác ra.
Ⓑ Ồ, thật á?

---

2 ★ 兄に帽子をもらったんですが、ぶかぶか
　　 で使えませんでした。

　 ★ *Ani ni bōshi o moratta n desu ga,*
　　 bukabuka de tsukaemasen deshita.

★ Được anh trai cho cái
　 mũ nhưng rộng thùng
　 thình không dùng được.

27

キツキツ
Kitsukitsu

Chật ních

① 服やくつなどのサイズが小さすぎる様子。
② 空間が狭すぎる様子。
① Cỡ quần, áo, giày dép quá nhỏ.
② Không gian quá hẹp.

 Cấu trúc thường dùng キツキツだ、キツキツなN、キツキツのN

Lưu ý 小さすぎたり狭すぎたりして、非常に窮屈なこと。
Chỉ trạng thái quá nhỏ, quá chật hẹp, rất bí bách.

---

1 Ⓐ この制服、小さすぎて、キツキツです。
　 Ⓑ そうですか、じゃ、取り替えましょう。

Ⓐ *Kono sēfuku, chīsasugite, kitsukitsu desu.*
Ⓑ *Sō desuka, ja, torikae mashō.*

Ⓐ Bộ đồng phục này nhỏ quá, chật ních này.
Ⓑ Thế ạ. Để đổi lấy cái khác nhé!

---

2 Ⓐ この本も棚に置ける？
　 Ⓑ キツキツだけど、何とか。

Ⓐ *Kono hon mo tana ni okeru?*
Ⓑ *Kitsukitsu da kedo, nantoka.*

Ⓐ Có xếp được quyển sách này lên giá không?
Ⓑ Cũng chật ních rồi nhưng chắc là được.

28

ぴったり

Pittari

Vừa khít

サイズやセンスがちょうど<ruby>合<rt>あ</rt></ruby>う<ruby>様子<rt>ようす</rt></ruby>。

Cỡ hoặc thiết kế vừa khớp nhau.

 ぴったりＶ「<ruby>合<rt>あ</rt></ruby>う」、ぴったりだ

Lưu ý <ruby>違<rt>ちが</rt></ruby>うところ、ずれているところが<ruby>全<rt>まった</rt></ruby>くないこと。

Hoàn toàn không có điểm khác biệt, chênh lệch.

1　Ⓐ はい。これ、プレゼント。
　　Ⓑ ありがとう。わあ、サイズぴったり。

Ⓐ *Hai, kore, purezento.*
Ⓑ *Arigatō. Wā, saizu pittari.*

Ⓐ Đây, quà của cậu đây!
Ⓑ Cám ơn cậu. Ôi, cỡ vừa khít luôn.

2　Ⓐ あの<ruby>二人<rt>ふたり</rt></ruby>は<ruby>息<rt>いき</rt></ruby>がぴったり<ruby>合<rt>あ</rt></ruby>ってるね。
　　Ⓑ うん。あんなふうに<ruby>踊<rt>おど</rt></ruby>れたら、かっこいいね。

Ⓐ *Ano futari wa iki ga pittari atteru ne.*
Ⓑ *Un. Anna fū ni odoretara, kakkoī ne.*

Ⓐ Hai người ấy đồng điệu nhỉ.
Ⓑ Ừ, nhảy được như thế kia cơ mà.

密度、程度
<small>みつど　ていど</small>　　　　　　　　　　　　**Mật độ, mức độ**

29　　　　　　　　　　　　　　　　　　　　　**42**

がらがら
Garagara

Vắng hoe,
lưa thưa

ある場所に人がほとんどいなくて、空いた空間が目立つ様子。
<small>ばしょ　ひと　　　　　　　　　　　　　あ　くうかん　めだ　ようす</small>
Trạng thái không có mấy người ở một địa điểm, nhiều không gian trống.

 Nはがらがらだ

Lưu ý 客が少ないことを表すときによく使う。
<small>きゃく　すく　　　　　　あらわ　　　　　つか</small>
Thường dùng khi vắng khách.

1　Ⓐ すいてるね、映画館。
<small>えいがかん</small>
　Ⓑ ほんと。週末は混んでるのに、平日は
<small>しゅうまつ　こ　　　　　　へいじつ</small>
　がらがらだね。

　Ⓐ *Suiteru ne, ēgakan.*
　Ⓑ *Honto. Shūmatsu wa konderu noni,
　hējitsu wa garagara da ne.*

Ⓐ Rạp chiếu phim vắng nhỉ.
Ⓑ Ừ. Cuối tuần thì đông thế
mà ngày thường thì lưa
thưa.

2　★ お正月は東京もがらがらになるね。
<small>しょうがつ　とうきょう</small>

　★ *Oshōgatsu wa Tōkyō mo garagara ni
　naru ne.*

★ Vào dịp Tết, Tokyo vắng vẻ
hơn.

30

すかすか
Sukasuka

Lèo tèo, lơ thơ, rỗng

ある範囲の中にすき間が多くある状態。中身が乏しい状態。
Diễn tả trạng thái nhiều chỗ trống trong một phạm vi. Bên trong nghèo nàn.

Cấu trúc thường dùng Nはすかすかだ

Lưu ý 中身が充実していないことへの不満を表すときによく使う。
Thường dùng để diễn tả thái độ bất mãn với nội dung không được đầy đủ.

1 Ⓐ 箱は大きいけど、中はすかすかなんじゃない？

Ⓑ きっと高いものが入ってるんだよ。

Ⓐ *Hako wa ōkī kedo, naka wa sukasuka nan ja nai?*
Ⓑ *Kitto takai mono ga haitteru n da yo.*

Ⓐ Cái hộp thì to nhưng bên trong chắc trống rỗng nhỉ?
Ⓑ Không khéo có đồ đắt tiền bên trong ấy?

2 ★ このサンドイッチ、すかすか。買って損した。

★ *Kono sandoicchi, sukasuka. Katte son shita.*

★ Bánh mì kẹp này nhân lèo tèo quá. Mua phí cả tiền.

いっぱい	Đầy ắp

31 (43)

ぎっしり
Gisshiri

Đầy nhóc, chật ních

中身が隙間なく詰まっていて重い状態。
<small>なかみ すきま つ おも じょうたい</small>
Trạng thái bên trong nặng, được xếp không có khe hở.

 Nはぎっしりだ

Lưu ý 立体的なイメージ。人についても使う。
<small>りったいてき ひと つか</small>
Mô tả hình ảnh mang tính lập thể. Cũng có thể dùng với người.

---

1 Ⓐ すごい弁当だね。ご飯がぎっしり！
<small>べんとう はん</small>
　Ⓑ そう？　これぐらい食べないと、力が
<small>た ちから</small>
　出ないよ。
<small>で</small>

　Ⓐ *Sugoi bentō da ne. Gohan ga gisshiri!*
　Ⓑ *Sō? Kore gurai tabenai to, chikara ga
　denai yo.*

Ⓐ Hộp cơm to thế. Đầy ắp cơm!
Ⓑ Thế á. Phải ăn thế này mới có sức.

---

2 ★ 来月は予定がぎっしりで、旅行に行く
<small>らいげつ よてい りょこう い</small>
　のは無理です。
<small>むり</small>

　★ *Raigetsu wa yotē ga gisshiri de, ryokō
　ni iku no wa muri desu.*

★ Tháng sau kín mít lịch nên không đi du lịch được đâu.

びっしり
Bisshiri

Chật kín, san sát

物が詰まって隙間なく並んでいる状態。
もの　つ　　　　すきま　　なら　　　　　じょうたい

Trạng thái đồ vật xếp san sát, không có chỗ trống.

Cấu trúc thường dùng Nはびっしりだ

Lưu ý 平面的なイメージ。人については使わない。
へいめんてき　　　　　　　　ひと　　　　　　つか

Mô tả hình ảnh mang tính phẳng. Không dùng cho người.

---

1 Ⓐ 明るいバスルームですね。
あか

Ⓑ はい、明るい色のタイルを壁に
あか　いろ　　　　　　　　　かべ
びっしり置きました。
お

Ⓐ Phòng tắm sáng sủa quá!
Ⓑ Vâng, chúng tôi dùng gạch sáng màu xếp kín tường mà.

Ⓐ *Akarui basurūmu desu ne.*
Ⓑ *Hai, akarui iro no tairu o kabe ni bisshiri okimashita.*

---

2 ⭐ 彼女は、いつもノートにびっしり
かのじょ
書き込んでいます。
か　こ

⭐ Cô ấy lúc nào cũng viết kín mít vở.

⭐ *Kanojo wa, itsumo nōto ni bisshiri kakikonde imasu.*

多少	Ít nhiều
たしょう	

33 **44**

たっぷり
Tappuri

Đầy ắp, nhiều

あふれるほどたくさんある様子。
ようす

Trạng thái nhiều tới mức đầy ăm ắp.

Cấu trúc thường dùng たっぷりV「ある」、たっぷりだ、たっぷりとV

Lưu ý 「時間」「食べ物」など、数えられない言葉と一緒に使う。
じかん た もの かぞ ことば いっしょ つか

Thường dùng với từ không đếm được như "thời gian" "thức ăn" v.v...

---

1 Ⓐ 歓迎会、どこでやろうか。
かんげいかい

Ⓑ またバイキングの店がいいな。**たっぷり**
みせ
食べられるし。
た

Ⓐ *Kangēkai, doko de yarō ka?*

Ⓑ *Mata baikingu no mise ga ī na. Tappuri taberareru shi.*

Ⓐ Tiệc chào mừng nhân viên mới làm ở đâu nhỉ?

Ⓑ Lại ở quán buffe đi. Ăn được nhiều mà.

---

2 ★ 時間は**たっぷり**ありますから、ゆっくり
じかん
考えてください。
かんが

★ *Jikan wa tappuri arimasu kara, yukkuri kangaete kudasai.*

★ Còn nhiều thời gian nên cứ từ từ suy nghĩ.

 Cách dùng khác

✲ 例 彼はいつも自信**たっぷり**だね。
かれ じしん

Kare wa itsumo jishin tappuri da ne.

Anh ấy lúc nào cũng đầy tự tin.

34

ちょこっと
Chokotto

Một chút

ほんの少<small>すこ</small>しだけという意味<small>いみ</small>。

Có nghĩa "chỉ rất ít".

 ちょこっとV「飲<small>の</small>む」「やる」、**ちょこっとだ**

Lưu ý 「ちょっと」よりさらに少<small>すく</small>ないことを強調<small>きょうちょう</small>した表現<small>ひょうげん</small>。
Là cách nói nhấn mạnh lượng ít còn hơn cả「ちょっと」.

---

1 Ⓐ 君<small>きみ</small>はお酒<small>さけ</small>飲<small>の</small>むの？
　 Ⓑ はい、**ちょこっと**ですけど。

　 Ⓐ *Kimi wa osake nomu no?*
　 Ⓑ *Hai, chokotto desu kedo.*

Ⓐ Cậu uống được rượu không?
Ⓑ Dạ, một chút thôi ạ.

---

2 Ⓐ 彼<small>かれ</small>はシャイですね。
　 Ⓑ そう。**ちょこっと**目<small>め</small>を合<small>あ</small>わせて、
　 すぐ下<small>した</small>を向<small>む</small>くんだよね。

　 Ⓐ *Kare wa shai desu ne.*
　 Ⓑ *Sō. Chokotto me o awasete, sugu shita o muku n da yo ne.*

Ⓐ Anh ấy hay xấu hổ nhỉ.
Ⓑ Ừ. Chỉ chạm mắt một chút thôi là đã cúi gằm xuống rồi.

 ✳ 例 日本語<small>にほんご</small>は**ちょこっと**だけ話<small>はな</small>せます。（謙遜表現<small>けんそんひょうげん</small>）
Nihongo wa chokotto dake hanasemasu. (kenson hyōgen)
Tôi chỉ nói được một chút tiếng Nhật thôi. (cách nói khiêm nhường)

密度
(みつど)
Mật độ

35
(45)

ぎゅっと
Gyutto

Chặt, chặt cứng

ぎゅっと

瞬間的に力を強く入れてしめたり握ったりすること。
(しゅんかんてき　ちから　つよ　　　　　　　　　にぎ)
Hành động ôm, nắm dồn lực mạnh, nhanh.

Cấu trúc thường dùng **ぎゅっとV** 「しめる」「抱きしめる」
(だ)

Lưu ý 「握る」「抱く」「抱きしめる」などと一緒に使うことが多い。
(にぎ　　　だ　　だ　　　　　　　　　　　　いっしょ　つか　　　おお)
Thường dùng với những từ như 「握る」,「抱く」,「抱きしめる」.

---

1 Ⓐ 袋に中身を入れたら、口をぎゅっと
　　(ふくろ　なかみ　い　　　　　　くち)
　　しめてね。

　Ⓑ はい。

　Ⓐ *Fukuro ni nakami o iretara, kuchi o
　　gyutto shimete ne.*
　Ⓑ *Hai.*

Ⓐ Cho vào trong túi thì thắt
　miệng thật chặt nhé.
Ⓑ Vâng.

2 ★ この子供たちをぎゅっと抱きしめて
　　(こども　　　　　　　　　だ)
　　あげたい。

　★ *Kono kodomo tachi o gyutto
　　dakishimete agetai.*

★ Tôi muốn ôm mấy đứa trẻ này
　thật chặt.

36

ぎゅうぎゅう
Gyūgyū

Chen chúc, lèn chặt

十分な空間がない所に、強く押して無理に入れる様子。
じゅうぶん　くうかん　ところ　つよ　お　むり　い　ようす
Ấn, nén chặt để cố vào một không gian hẹp.

Cấu trúc thường dùng ぎゅうぎゅうＶ「つめる」、ぎゅうぎゅうとＶ

Lưu ý くり返し強く押したり押されたりするときに使う。
かえ　つよ　お　お　つか
Dùng khi phải ấn, nén hay bị ấn, nén nhiều lần.

---

1 Ⓐ 朝のラッシュアワーに電車乗りたくな
あさ　　　　　　　　　　でんしゃ の
いね。

Ⓑ そうだね。駅員にぎゅうぎゅう押され
えきいん　　　　　　　　　　お
るからね。

Ⓐ *Asa no rasshu awā ni densha noritaku nai ne.*
Ⓑ *Sō da ne. Ekiin ni gyūgyū osareru kara ne.*

Ⓐ Tàu điện giờ cao điểm buổi sáng ớn nhỉ.
Ⓑ Công nhận. Bị nhân viên nhà tàu nhồi chật ních mà.

---

2 ★ そんなに服をぎゅうぎゅう詰め込んだ
ふく　　　　　　　　　　つ こ
ら、トランク壊れちゃうよ。
こわ

★ *Sonna ni fuku o gyūgyū tumekondara, toranku kowarechau yo.*

★ Nhồi nhét chặt quần áo thế là hỏng tủ đấy.

限界
げんかい

37

（46）

ぎりぎり
Girigiri

Suýt, suýt soát

あとほんの少しで限界になるという状態。
すこ　　　げんかい　　　　　　　じょうたい
Trạng thái chỉ còn một chút thôi là tới giới hạn.

Cấu trúc thường dùng ぎりぎり V 「間に合う」、ぎりぎりだ
ま　あ

Lưu ý 時間的にも空間的にも使える。
じ かんてき　　くうかんてき　　つか
Dùng được cho cả thời gian và không gian.

1　Ⓐ ぎりぎり間に合ったね。
　　　　　　ま　あ
　Ⓑ うん。でも、ほんと、焦ったよ。
　　　　　　　　　　　　　　あせ

　Ⓐ *Girigiri ma ni atta ne.*
　Ⓑ *Un. Demo, honto, asetta yo.*

Ⓐ Suýt soát vừa kịp giờ nhỉ.
Ⓑ Ừ. Hết cả hồn.

2　★ 思ったよりお金がかかったので、
　　　 おも　　　　　かね
　　　 予算ぎりぎりでした。
　　　 よ さん

　★ *Omotta yori okane ga kakatta node,*
　　 yosan girigiri deshita.

★ Tốn tiền hơn so với dự tính nên suýt soát vừa đủ ngân sách.

38

パンパン

Panpan

Căng cứng

物がいっぱいで、入れ物が破れそうなほど、ふくらんでいる様子。

Trạng thái căng phồng vì nhiều đồ tới mức vật chứa có thể vỡ ra.

 パンパンだ、パンパンにV「入っている」

Lưu ý カバンや袋など、主に柔らかい入れ物について使う。
Dùng cho vật chứa mềm như túi, cặp v.v...

---

1 Ⓐ おいしいね。

　 Ⓑ 食べ過ぎて、お腹パンパンだよ。

Ⓐ *Oishī ne.*
Ⓑ *Tabe sugite, onaka panpan da yo.*

Ⓐ Ngon quá!
Ⓑ Tớ ăn nhiều quá bụng no căng rồi.

---

2 ★ いろいろ入れるから、いつもカバンが
　 パンパン。

★ *Iroiro ireru kara, itsumo kaban ga panpan.*

★ Nhét đủ thứ nên cặp lúc nào cũng căng phồng lên.

123

温度
おんど

Nhiệt độ

39

47

ポカポカ
Pokapoka

Ấm áp

温かくて気持ちがよいこと。
あたた　　　　きも

Chỉ thời tiết ấm, dễ chịu.

Cấu trúc thường dùng ポカポカする、ポカポカと、ポカポカのN

Lưu ý 体が温まるときに使う。
からだ あたた

Dùng khi cơ thể được giữ ấm.

---

1 Ⓐ やっぱり温泉って気持ちいいね。
　　　　　　おんせん　　　　きも

Ⓑ うん、出た後も体がポカポカするね。
　　　　で　あと　からだ

Ⓐ *Yappari onsen tte kimochi ī ne.*

Ⓑ *Un, deta atomo karada ga pokapoka suru ne.*

Ⓐ Tắm suối nước nóng thích thật nhỉ.

Ⓑ Ừ, tắm xong là cơ thể rất ấm áp.

---

2 Ⓐ 最近、ずっといい天気だね。寒くも
　　　さいきん　　　　　　てんき　　　さむ
　　　ないし、暑くもないし。
　　　　　　あつ

Ⓑ うん。ポカポカして、眠くなるよ。
　　　　　　　　　　　　　ねむ

Ⓐ *Saikin, zutto ī tenki da ne. Samuku mo nai shi, atsuku mo nai shi.*

Ⓑ *Un. Pokapoka shite, nemuku naru yo.*

Ⓐ Dạo này trời đẹp thật. Không lạnh cũng không nóng.

Ⓑ Ừ. Ấm áp nên dễ ngủ.

アツアツ
Atsuatsu

Nóng hổi, nóng bỏng

① 料理したてでとても熱い状態。
② 男女などが、とても強く愛し合っている様子。

① Trạng thái rất nóng của đồ ăn vừa chín.
② Trạng thái yêu đương mãnh liệt của nam nữ.

Cấu trúc thường dùng アツアツだ、アツアツのN

Lưu ý 最高に熱い状態を表す。
Diễn tả trạng thái nóng nhất.

---

1 Ⓐ できたばかりでアツアツだから、気をつけてね。
　Ⓑ うん。おいしそう。

Ⓐ Cẩn thận đấy, vừa làm xong còn nóng hổi.
Ⓑ Ừ, trông ngon quá!

Ⓐ *Dekita bakari de atsuatsu dakara, ki o tsukete ne.*
Ⓑ *Un. Oishisō.*

2 ★ あの二人、結婚して20年たってもアツアツでいいね。

★ Hai người đã kết hôn được 20 năm nhưng vẫn còn rất quấn quýt mặn nồng.

★ *Ano futari, kekkon shite nijū-nen tattemo atsuatsu de ī ne.*

41

ひんやり
Hin'yari

ひんやり

Mát lạnh

冷たさが気持ちよく感じられる様子。
つめ　　　　　き も　　　　かん　　　　　よう す

Trạng thái lạnh vừa đủ để cảm thấy dễ chịu.

Cấu trúc thường dùng ひんやりする、ひんやりとV、ひんやりN「グッズ」「枕」「シーツ」「タオル」
まくら

Lưu ý 空気や飲み物について言うことが多い。
くう き　　の　もの　　　　　　い　　　　　おお

Thường nói về không khí hay đồ uống.

---

1 Ⓐ 外は暑いけど、ビルに入るとひんやりす
　　そと　あつ　　　　　　　　　はい
　　るね。

Ⓑ そうだね。

Ⓐ *Soto wa atsui kedo, biru ni hairu to hin'yari suru ne.*

Ⓑ *Sō da ne.*

Ⓐ Bên ngoài nóng nhưng vào trong tòa nhà thì mát lạnh nhỉ.

Ⓑ Ừ công nhận.

---

2 ★ 高原の朝は、空気がひんやりして気持ち
　　こうげん　あさ　　空気　くう き　　　　　　　き も
　　いい。

★ *Kōgen no asa wa, kūki ga hin'yari shite kimochiī.*

★ Buổi sáng trên cao nguyên không khí mát lạnh rất dễ chịu.

料理・味
りょうり　あじ

Món ăn, vị

42

48

こってり
Kotteri

Đậm đà

味が濃く、深みがあり、後によく残ること。
あじ　こ　　ふか　　　　あと　　　のこ

Vị đậm, sau khi ăn vẫn để lại vị.

Cấu trúc thường dùng こってりする、こってりとV、こってりN「味」
あじ

Lưu ý スープの特徴を言うときなどによく使う。反対の言葉は「あっさり」。
とくちょう　い　　　　　　つか　　はんたい　ことば

Thường dùng khi nói về đặc trưng của canh, súp. Từ trái nghĩa là 「あっさり」.

---

1 Ⓐ ラーメンは、こってりした味が好きです。
あじ　す
　Ⓑ じゃ、いい店、知ってるから、今度、行こうか。
みせ　し　　　　　こんど　い

Ⓐ Mỳ thì tớ thích loại có vị đậm đà.
Ⓑ Thế thì tớ biết quán này ngon. Hôm nào đi nhé!

Ⓐ *Rāmen wa, kotteri shita aji ga suki desu.*
Ⓑ *Ja, ī mise, shitteru kara, kondo, ikō ka.*

---

2 Ⓐ このスープはこってりして、おいしいですね。
　Ⓑ そうですか。バターを少し入れたんです。
すこ　い

Ⓐ Món súp này vị đậm đà ngon quá!
Ⓑ Thế hả. Tớ cho 1 chút bơ vào đấy!

Ⓐ *Kono sūpu wa kotteri shite, oishī desu ne.*
Ⓑ *Sō desu ka. Batā o sukoshi ireta n desu.*

Cách dùng khác ✴ 時間をかけて激しく叱る様子を表す。
じかん　　　はげ　しか　ようす　あらわ

Dùng để diễn tả việc nổi giận trong thời gian dài.

例 ミスをして、部長にこってり怒られました。
ぶちょう　　　　　おこ

Misu o shite, buchō ni kotteri okoraremashita.

Làm sai nên bị trưởng phòng mắng te tua.

127

43

あっさり
Assari

Thanh, nhạt

あっさり

味が薄めで、あまり後に残らないこと。
あじ うす あと のこ

Vị nhạt, không để lại dư vị.

> **Cấu trúc thường dùng** あっさりする、あっさりＶ「みとめる」、あっさりとＶ、あっさりＮ「味」
> あじ

> **Lưu ý** 食べ物、人、デザインなどによく使われる。
> た もの ひと つか
> Thường dùng cho đồ ăn, người, thiết kế.

---

1 Ⓐ このスープ、あっさりしてるね。

　　Ⓑ そうだね、見た目と違うね。
　　　　　　　　み め ちが

　Ⓐ *Kono sūpu, assari shiteru ne.*
　Ⓑ *Sō da ne, mitame to chigau ne.*

Ⓐ Món súp này vị thanh nhỉ.
Ⓑ Ừ, khác hẳn với bề ngoài nhỉ.

---

2 ★ 京都の料理って、あっさりした味付けが
　　きょう と　りょう り　　　　　　　　　　あじ つ
　　多いね。
　　おお

　★ *Kyōto no ryōri tte, assari shita ajitsuke*
　　ga ōi ne.

★ Món ăn Kyoto đa số là nêm rất nhạt.

 ✳ 態度や行動にこだわりや複雑な面がない様子を表す。
　　たい ど こう どう　　　　ふく ざつ めん　　よう す あらわ
　　Dùng để diễn tả thái độ, hành động không mấy bận tâm, không rối rắm.

例 会議を欠席したいと部長にお願いしたら、あっさり OK して
　かい ぎ けっ せき　　　ぶ ちょう ねが
くれた。

Kaigi o kesseki shitai to buchō ni onegai shitara, assari ōkē shite kureta.
Xin trưởng phòng cho vắng mặt trong buổi họp thì trưởng phòng đồng ý cái rụp.

さっぱり
Sappari
→p.155、p.202 Thanh, mát

味が、シンプルで、後に残らないこと。
Vị đơn giản, không để lại dư vị.

Cấu trúc thường dùng さっぱりする、さっぱりとV、さっぱりN「味」

Lưu ý 味がしつこくないこと。
Vị không hỗn tạp.

1. Ⓐ お昼、何、食べる？
   Ⓑ 暑いから、何かさっぱりしたものがいいな。

   Ⓐ Bữa trưa ăn gì nhỉ?
   Ⓑ Nóng thế này ăn cái gì thanh thanh một chút.

   Ⓐ Ohiru, nani, taberu?
   Ⓑ Atsui kara, nanika sappari shita mono ga ī na.

2. ★ 肉にレモン（汁）をかけると、さっぱりして、おいしいよ。

   ★ Vắt chanh vào thịt sẽ thanh và ngon hơn.

   ★ Niku ni remon(jiru) o kakeru to, sappari shite, oishī yo.

129

45

ピリッと
Piritto

Cay

口に入れた途端、瞬間的に強い刺激を受ける様子。
Cảm giác bị kích thích mạnh trong giây lát khi vừa đưa vào miệng.

> **Cấu trúc thường dùng** ピリッとする、ピリッと V「くる」、ピリッと Adj「辛い」

> **Lưu ý** 「ピリッ」は、辛味や刺激を表す。
> 「ピリッ」diễn tả vị cay, sự kích thích.

---

1 Ⓐ あと、コショウをちょっと入れようか。
　Ⓑ そうだね。ピリッとしておいしくなるよ、きっと。

　Ⓐ *Ato, koshō o chotto ireyō ka.*
　Ⓑ *Sō da ne. Piritto shite oishiku naru yo, kitto.*

Ⓐ Cho thêm một chút hạt tiêu nữa nhỉ.
Ⓑ Ừ. Hơi cay sẽ ngon hơn đấy.

---

2 ★ こちらのスープはカレー味で、ピリッと辛いのが特徴です。

　★ *Kochira no sūpu wa karē aji de, piritto karai no ga tokuchō desu.*

★ Súp này vị cà ri và có đặc điểm là hơi cay.

Cách dùng khác

✳ 意見や考え方が鋭いことを表す。
　Dùng để diễn tả ý kiến hay suy nghĩ sắc bén.

例 最後にピリッとした意見を言ってくれて、ありがとう。
Saigo ni piritto shita iken o itte kurete, arigatō.
Cám ơn anh đã đưa ra ý kiến sắc bén vào cuối giờ.

46

50

コトコト

Ninh liu riu

Kotokoto

弱火で時間をかけて煮るときの様子。
Diễn tả việc ninh, hầm bằng lửa nhỏ trong thời gian dài.

 コトコトV「煮る」、コトコトとV

Lưu ý 鍋を使った料理によく使う。
Thường dùng cho món ăn nấu bằng nồi.

---

1 Ⓐ 何かおいしそうなにおいがするね。
   Ⓑ うん、今、シチューをコトコト煮てる
   から。

   Ⓐ Có mùi gì thơm thế nhỉ.
   Ⓑ Ừ, tớ đang ninh súp đấy.

   Ⓐ *Nanika oishisō na nioi ga suru ne.*
   Ⓑ *Un, ima, shichū o kotokoto niteru kara.*

---

2 ★ 材料を入れたら、あとは、1時間くら
   いコトコト煮るだけです。

   ★ Cho nguyên liệu vào thì chỉ việc ninh liu riu trong 1 tiếng là được.

   ★ *Zairyō o iretara, ato wa, ichi-jikan kurai kotokoto niru dake desu.*

47

がっつり
Gattsuri

Ăn đẫy bụng,
ăn no căng bụng

好きなだけ、たくさん食べること。

Chỉ việc ăn nhiều bao nhiêu tùy thích.

 Cấu trúc thường dùng がっつり V 「食べる」、がっつりと V

Lưu ý 「たくさん、十分、しっかり」の意味。

Nghĩa là "nhiều, đủ, đến nơi đến chốn".

---

1 Ⓐ 今日はよく運動したから、お腹すいた
でしょ？

Ⓑ うん。ステーキとか、**がっつり**食べた
いね。

Ⓐ *Kyō wa yoku undō shita kara, onaka suita desho?*

Ⓑ *Un. Stēki toka, gattsuri tabetai ne.*

Ⓐ Hôm nay vận động nhiều thế chắc đói rồi hả?

Ⓑ Vâng, con muốn ăn thật căng bụng như món bò bít tết chẳng hạn.

---

2 ★ 朝はそんなに食べません。その分、昼
に**がっつり**食べます。

★ *Asa wa sonna ni tabemasen. Sono bun, hiru ni gattsuri tabemasu.*

★ Buổi sáng không ăn nhiều lắm. Nhưng bù lại, buổi trưa ăn thật no bụng.

余裕
よゆう

Thoải mái

48

(51)

ゆっくり
Yukkuri

Chậm rãi, thong thả

動作が遅い様子。時間や心に余裕を持って何かをする様子。
どうさ　おそ　ようす　　じかん　こころ　よゆう　も　　なに　　　　ようす

Diễn tả động tác chậm. Làm gì đó thong thả về thời gian, tâm thế.

Cấu trúc thường dùng ゆっくりする、ゆっくりV「話す」「歩く」、ゆっくりとV
はな　ある

Lưu ý スピードが遅いこと。また、急がないこと。
おそ　　　　　　いそ

Tốc độ chậm. Hoặc không vội vã.

---

1 Ⓐ １２１２４３８です。

Ⓑ えっ、すみませんが、もう一度ゆっくり
いち ど
言ってください。
い

Ⓐ 1 2 1 2 4 3 8 ạ.
Ⓑ Ôi xin lỗi có thể nói lại một lần nữa thật chậm không ạ.

Ⓐ *Ichi ni ichi ni yon san hachi desu.*
Ⓑ *Ett, sumimasen ga, mō ichi do yukkuri itte kudasai.*

---

2 ★ ずっと忙しかったから、温泉でゆっくり
いそが　　　　　　　　おんせん
しましょう。

★ Vì đợt vừa rồi bận suốt nên đợt này thong thả đi tắm suối nước nóng nhé.

★ *Zutto isogashikatta kara, onsen de yukkuri shimashō.*

49

のんびり
Nonbiri

Thong thả, thong dong

急がず、リラックスして、
ゆっくり何かをする様子。

Làm việc gì đó không vội vã mà thư thả, từ từ.

 のんびりする、のんびりＶ「過ごす」、のんびりとＶ

Lưu ý 急がなければならない場面で否定的に使うことも多い。
Cũng thường được dùng với ý phủ định trong trường hợp cần phải nhanh.

---

1 Ⓐ ときどき、都会を離れてのんびりしたい
ですね。
Ⓑ そうですね。

Ⓐ Thỉnh thoảng cũng muốn rời xa đô thị sống thong thả nhỉ.
Ⓑ Ừ, hay chứ.

Ⓐ *Tokidoki, tokai o hanarete nonbiri shitai desu ne.*
Ⓑ *Sō desu ne.*

---

2 ★ 川でのんびり釣りでもしたいです。

★ Tôi muốn được thong dong câu cá ở sông.

★ *Kawa de nonbiri tsuri demo shitai desu.*

50

ゆったり
Yuttari

Thoải mái

ゆるやかで落ち着いていて、余裕がある様子。

Có sự thư thái, thong thả, thoải mái.

Cấu trúc thường dùng ゆったりとV、ゆったりしたN

Lưu ý 時間について言う場合と、空間について言う場合がある。

Có thể dùng nói về thời gian lẫn không gian.

---

1 Ⓐ 旅行はどうでしたか。
　 Ⓑ きれいな景色を見ながら、**ゆったりと**過ごすことができました。

Ⓐ *Ryokō wa dō deshita ka?*
Ⓑ *Kirēna keshiki o minagara, yuttari to sugosu koto ga dekimashita.*

Ⓐ Kì nghỉ thế nào?
Ⓑ Được xem nhiều cảnh đẹp lại được nghỉ ngơi thong thả ạ.

---

2 ⭐ ズボンは、**ゆったり**したデザインの方が好きです。

⭐ *Zubon wa, yuttari shita dezain no hō ga suki desu.*

⭐ Tôi thích mặc quần cỡ rộng rãi thoải mái.

天気
てんき

Thời tiết

どんより

Don'yori

空が曇っていて、空気が
そら くも くうき
重い天気の様子。
おも てんき ようす

Trời nhiều mây, không khí
ẩm đạm.

U ám,
ẩm đạm

Cấu trúc thường dùng どんよりする、どんより V「曇る」、どんよりと V
くも

Lưu ý 空全体を雲がおおって、重苦しい感じ。
そらぜんたい くも おもくる かん
Toàn bầu trời bị mây bao phủ, cảm giác bí bách.

1 Ⓐ こんなにどんよりした天気だと、気持ち
てんき きも
も暗くなるよ。
くら
Ⓑ ほんとにそうだね。

Ⓐ Thời tiết u ám thế này
làm tâm trạng cũng ẩm
đạm nhỉ
Ⓑ Ừ, công nhận đấy!

Ⓐ *Konna ni don'yori shita tenki da to,
kimochi mo kuraku naru yo.*
Ⓑ *Honto ni sō da ne.*

2 Ⓐ 天気、どう？
てんき
Ⓑ どんより曇ってる。かさを持って行った
くも も い
ほうがいいかもしれない。

Ⓐ Thời tiết thế nào?
Ⓑ Mây u ám lắm. Nên
mang ô đi cho yên tâm.

Ⓐ *Tenki, dō?*
Ⓑ *Don'yori kumotteru. Kasa o motte itta hō
ga ī kamo shirenai.*

Cách dùng khác ✱ 沈んだ気持ちを表す。 Diễn tả tâm trạng ẩm đạm.
しず きも あらわ
例 その日は、仕事でミスをして、気持ちがどんよりしていたん
ひ しごと きも
です。

Sono hi wa, shigoto de misu o shite, kimochi ga don'yori shite ita n desu.
Hôm đó tôi gặp sai sót trong công việc nên tâm trạng ẩm đạm.

52

ジメジメ
Jimejime

Ẩm ướt, nhớp nháp

湿気が多く、不快な様子。
しっけ　おお　　ふかい　よう す

Trạng thái nhiều hơi nước,
không dễ chịu.

 Cấu trúc thường dùng ジメジメする、ジメジメとV

Lưu ý 湿気が多く、風の通りが悪いこと。
しっけ　おお　　かぜ　とお　　わる

Độ ẩm cao, không thông thoáng.

---

1 Ⓐ この部屋、ジメジメしてない？
　　　　　　へ や

　Ⓑ そうだね。雨が続いてるからね。
　　　　　　　　あめ　つづ

Ⓐ *Kono heya, jimejime shitenai?*
Ⓑ *Sō da ne. Ame ga tsuzuiteru kara ne.*

Ⓐ Phòng này ẩm thấp thế nhỉ?
Ⓑ Ừ, mưa suốt mà.

---

2 ★ この辺は川が近いから、夏になるとジメ
　　　　へん　かわ　ちか　　　　なつ
　ジメするんだよ。

★ *Kono hen wa kawa ga chikai kara, natsu ni naru to jimejime suru n da yo.*

★ Chỗ này gần sông nên mùa hè khá ẩm ướt.

 ※ 陰気で活気のない様子を表す。
いん き　かっ き　　　　よう す　あらわ

　Diễn tả không khí u ám, không vui vẻ.

例 ジメジメした話をして、ごめんなさい。もうやめます。
　　　　　　はなし

Jimejime shita hanashi o shite, gomennasai. Mō yamemasu.

Xin lỗi cậu vì kể toàn chuyện u ám nhé. Tớ dừng đây.

人の状態
ひと　じょうたい

Trạng thái của người

53

しーん
Shīn

Yên ắng

とても静かで、何の音もしない様子。
しず　　　なん　おと　　　　　　ようす

Rất yên tĩnh, không một tiếng động.

Cấu trúc thường dùng しーんと V 「する」「なる」「静まる」
しず

Lưu ý 非常に静かなこと。急に静かになるときにもよく使う。
ひじょう　しず　　きゅう　しず

Chỉ trạng thái vô cùng yên tĩnh. Cũng có thể dùng khi đột nhiên yên ắng hẳn lại.

---

1 Ⓐ 先生が「静かに！」って言ったら、
せんせい　　しず　　　　　　い
しーんとなった。

Ⓑ 先生、怖いからね。
せんせい　こわ

Ⓐ Thầy vừa nói "trật tự" thì cả lớp yên ắng hẳn luôn.
Ⓑ Vì thầy ghê mà!

Ⓐ *Sensē ga "Shizuka ni!" tte ittara, shīnto natta.*

Ⓑ *Sensē, kowai kara ne.*

---

2 ★ 話を聞いていた人たちは皆、感動して、
はなし　き　　　　　　ひと　　　みな　かんどう
しーんとなった。

★ Những người nghe chuyện đều cảm động và lặng đi.

★ *Hanashi o kīte ita hito tachi wa mina, kandō shite, shīnto natta.*

54

ざわざわ
Zawazawa

Xầm xì, rầm rì

大勢集まった人たちの話し声がうるさく感じられる様子。
おおぜいあつ　　ひと　　　はな　ごえ　　　　　　　かん　　　　　よう す

Cảm thấy tiếng nói chuyện của một nhóm người rất ồn ào.

 Cấu trúc thường dùng ざわざわする、ざわざわと V 「する」「なる」

Lưu ý 何かの会場で、集まった人がそれぞれにおしゃべりをしている様子など。
なに　　かいじょう　　あつ　　　ひと　　　　　　　　　　　　　　　　　よう す

Chỉ bối cảnh nhiều người cũng tập chung tại một địa điểm và nói chuyện riêng với nhau.

---

1 Ⓐ 始まる時間になったのに、ざわざわして
　　はじ　　じ かん
　　るね。

　Ⓑ 誰か注意したほうがいいかも。
　　だれ　ちゅう い

Ⓐ *Hajimaru jikan ni natta noni, zawazawa
　shiteru ne.*

Ⓑ *Dareka chūi shita hō ga ī kamo.*

Ⓐ Đã tới giờ bắt đầu rồi mà mọi người vẫn rầm rì.

Ⓑ Ai đó phải lên tiếng chú ý đi chứ nhỉ.

2 ★ 会場は人が多くてざわざわしていた。
　　かいじょう　ひと　おお

★ *Kaijō wa hito ga ōkute zawazawa shite
　ita.*

★ Trong hội trường nhiều người đang rì rào nói chuyện.

 Cách dùng khác

✳ 心が落ち着かない様子を表す。
　こころ　お　つ　　　　よう す　　あらわ

　Diễn tả trạng thái không yên.

例 朝から胸がざわざわして落ち着かなかった。
　あさ　　むね　　　　　　　　　　　お　つ

Asa kara mune ga zawazawa shite ochitsuka nakatta.

Từ sáng cứ thấy xốn xang không yên.

体調
たいちょう

Thể trạng

カラカラ

Karakara

Khát khô

水分がなくなり、非常に乾いている状態。
すいぶん　　　　　　　ひ じょう　かわ　　　　　　じょうたい

Trạng thái thiếu nước, rất khát.

Cấu trúc thường dùng カラカラに V「なる」「乾く」、N「のど」がカラカラ、カラカラの N「天気」
かわ　　　　　　　　　　　　　　　　　　　　てん き

Lưu ý のどが渇いて何か飲みたいときによく使う。
かわ　　　なに の　　　　　　　　　　つか

Dùng khi khát và muốn uống gì đó.

1　Ⓐ しゃべりっぱなしでのどが**カラカラ**。
　　Ⓑ お疲れ様。お茶どうぞ。
　　　　つか さま　　ちゃ

　　Ⓐ *Shaberippanashi de nodo ga karakara.*
　　Ⓑ *Otsukaresama. Ocha dōzo.*

Ⓐ Nói liên tục nên cổ họng khát khô.
Ⓑ Cậu vất vả rồi. Uống trà đi này.

2　Ⓐ スピーチ、がんばってね。
　　Ⓑ うん。緊張して、口の中が**カラカラ**。
　　　　　　きんちょう　　　くち　なか

　　Ⓐ *Supīchi, ganbatte ne.*
　　Ⓑ *Un. Kinchō shite, kuchi no naka ga karakara.*

Ⓐ Cố gắng phát biểu tốt nhé!
Ⓑ Ừ, hồi hộp nên miệng khô quá.

Cách dùng khác

✲「カラカラの〜」は「とても乾いている〜」という意味。
かわ　　　　　　　　　　　　い み

「カラカラの〜」có nghĩa là "〜 rất khô".

例 **カラカラの天気**　　*karakara no tenki*
てん き

Thời tiết khô hanh.

ペコペコ
Pekopeko

Đói meo

ひどくお腹_{なか}がすいた状態_{じょうたい}。
Trạng thái bụng đói cồn cào.

 Cấu trúc thường dùng ペコペコにV「なる」「お腹_{なか}がすく」、N「お腹_{なか}」がペコペコ

Lưu ý 短_{みじか}い言_いい方_{かた}の「腹_{はら}ペコ」もよく使_{つか}う。
Thường dụng cả cách nói rút gọn「腹ペコ」.

1　Ⓐ もう1時_じ過_すぎてる。お腹_{なか}ペコペコ。
　　Ⓑ ちょっと待_まって。今_{いま}、用意_{ようい}するから。

　Ⓐ *Mō ichi-ji sugiteru. Onaka pekopeko.*
　Ⓑ *Chotto matte. Ima, yōi suru kara.*

Ⓐ Hơn 1h rồi. Đói bụng quá!
Ⓑ Đợi một chút. Em chuẩn bị ngay đây.

2　Ⓐ たくさん歩_{ある}いたから、お腹_{なか}がペコペコになった。
　　Ⓑ 私_{わたし}も。

　Ⓐ *Takusan aruita kara, onaka ga pekopeko ni natta.*
　Ⓑ *Watashi mo.*

Ⓐ Đi bộ nhiều nên bụng đói meo.
Ⓑ Tớ cũng thế.

 Cách dùng khác ※ ペコペコする：謝_{あやま}るときや人_{ひと}の機嫌_{きげん}をとるときなど、何度_{なんど}も頭_{あたま}を下_さげることを表_{あらわ}す。
Diễn tả việc cúi đầu liên tục khi xin lỗi hay nịnh nọt ai đó.

例 上司_{じょうし}にペコペコするのは好_すきじゃないんです。
Jōshi ni pekopeko suru no wa suki ja nai n desu.
Tôi không thích cứ phải khúm núm trước cấp trên.

57 **55**

シクシク →p. 22
Shikushiku

Đau lâm râm

お腹や歯などに、それほど激しくないが痛みがずっと続く様子。

Trạng thái bụng hay răng không đau dữ dội nhưng đau kéo dài.

 シクシクする、シクシク V「痛む」、シクシク Adj「痛い」

Lưu ý 痛みが、一定の強さで、止むことなく続くときに使う。

Dùng khi đau ở một mức độ và kéo dài liên tục không dừng.

---

1 Ⓐ どうしました？

Ⓑ お昼を食べてから、お腹がシクシクするんです。

Ⓐ *Dō shimashita?*
Ⓑ *Ohiru o tabetekara, onaka ga shikushiku suru n desu.*

Ⓐ Anh bị làm sao thế?
Ⓑ Từ lúc ăn trưa xong bụng cứ đau lâm râm.

---

2 ★ 歯がシクシク痛くて、何も食べられません。

★ *Ha ga shikushiku itakute, nani mo taberaremasen.*

★ Răng đau âm ỉ nên không ăn được gì.

58

ゴロゴロ

Gorogoro

Bụng óc ách

お腹に異常にガスがたまったり、
下痢したりしたときの状態。

Trạng thái bị chướng bụng, hay bị đi
ngoài.

Cấu trúc thường dùng ゴロゴロする、ゴロゴロV「鳴る」

Lưu ý 実際にお腹の音がするときに使う。
Dùng khi bụng kêu thành tiếng.

---

1 Ⓐ ゆうべ飲み過ぎたんじゃない？

　Ⓑ うん、今朝からお腹がゴロゴロしてるよ。

Ⓐ *Yūbe nomi sugita n ja nai?*
Ⓑ *Un, kesa kara onaka ga gorogoro shiteru
yo.*

Ⓐ Tối qua uống nhiều quá
phải không?
Ⓑ Ừ. Từ sáng tới giờ bụng
cứ óc ách.

---

2 ★ お腹がゴロゴロ鳴るのをみんなに聞かれ
て恥ずかしい。

★ *Onaka ga gorogoro naru no o minna ni
kikarete hazukashī.*

★ Bụng kêu óc ách mọi
người xung quanh đều
nghe thấy nên xấu hổ
quá.

59　→56

ムカムカ →p. 207
Mukamuka

Nôn nao

吐き気がして、気持ち悪いこと。
は　き　　　　きも　わる
Cảm khác buồn nôn, khó chịu.

Cấu trúc thường dùng ムカムカする、N「胃」がムカムカ
い

Lưu ý 不快なものが体の中にとどまっていると感じるときに使う。
ふかい　　　　からだ　なか　　　　　　　　　　　　　かん　　　　　つか
Dùng khi có gì đó khó chịu đọng lại trong cơ thể.

1 Ⓐ 最近、ときどき胃がムカムカする。
さいきん　　　　　い
Ⓑ えっ、赤ちゃんができたんじゃない？
あか

Ⓐ *Saikin, tokidoki i ga mukamuka suru.*
Ⓑ *Ett, akachan ga dekita n ja nai?*

Ⓐ Dạo này thình thoảng dạ dày nôn nao lắm.
Ⓑ Ơ, hay là có em bé rồi?

2 Ⓐ どうしたの？　顔色が悪いよ。
かおいろ　わる
Ⓑ うん…。ちょっとムカムカして。

Ⓐ *Dō shita no? Kaoiro ga warui yo.*
Ⓑ *Un…. Chotto mukamuka shite.*

Ⓐ Sao thế? Trông sắc mặt không được tốt.
Ⓑ Ừ… Tớ thấy hơi nôn nao.

60

チカチカ
Chikachika

Nhoi nhói

目に強い光が入って目が痛い状態。
め　つよ　ひかり　はい　　め　いた　じょうたい

Mắt thấy đau khi bị ánh sáng chói chiếu vào.

Cấu trúc thường dùng チカチカする、チカチカ**V**「痛む」「光る」、**チカチカAdj**「痛い」、
　　　　　　　　　　　　　　　　いた　　ひか　　　　　　　　　　いた
N「目」がチカチカ
　　　め

Lưu ý 光の刺激によって、目に痛みを感じるときに使う。
　　　　ひかり　しげき　　　　　　　め　いた　　　かん
Dùng khi cảm thấy đau mắt do bị ánh sáng kích thích.

---

1 Ⓐ この部屋の電気、まぶしくない？
　　　　　　へ　や　でん き

　　Ⓑ そうだね。ちょっと目がチカチカするね。
　　　　　　　　　　　　　め

Ⓐ *Kono heya no denki, mabushiku nai?*
Ⓑ *Sō da ne. Chotto me ga chikachika suru
ne.*

Ⓐ Phòng này đèn chói thế nhỉ?
Ⓑ Ừ, mắt hơi nhoi nhói nhỉ.

---

2 Ⓐ パソコンの使いすぎかなあ。目がチカチ
　　　　　　　　　　　　つか　　　　　　　め

　　　カする。

　　Ⓑ ときどき目を休ませたほうがいいよ。
　　　　　　　め　やす

Ⓐ *Pasokon no tsukai sugi kanā. Me ga
chikachika suru.*
Ⓑ *Tokidoki me o yasumaseta hō ga ī yo.*

Ⓐ Chắc tại dùng nhiều máy tính hay sao mà cứ thấy đau nhoi nhói mắt.
Ⓑ Thỉnh thoảng cậu nên cho mắt được nghỉ ngơi chứ.

61

(57)

ガンガン →p.73

Gangan

Đau như búa bổ

頭の中で大きな音が響くように、ひどく痛む様子。
<small>あたま なか おお おと ひび いた ようす</small>
Trạng thái đầu rất đau như có âm thanh lớn trong đầu.

Cấu trúc thường dùng ガンガンする、ガンガン V「痛む」、ガンガン Adj「痛い」、
<small>いた いた</small>
N「頭」がガンガン
<small>あたま</small>

Lưu ý 頭痛の痛みを表すときによく使う。
<small>ずつう いた あらわ つか</small>
Thường dùng khi diễn tả đau đầu.

---

1 Ⓐ どうしたの？　何か、つらそうね。
<small>なん</small>
　Ⓑ 頭が**ガンガン**して…。
<small>あたま</small>

　Ⓐ *Dō shita no? Nanka, tsurasō ne.*
　Ⓑ *Atama ga gangan shite….*

Ⓐ Sao thế? Trông cậu có vẻ không khỏe.
Ⓑ Đầu tớ đau như búa bổ...

---

2 Ⓐ 昨日の帰りは大変だったそうですね。
<small>きのう かえ たいへん</small>
　Ⓑ ええ。雨にぬれるし、頭は**ガンガン**痛く
<small>あめ あたま いた</small>
　　なるし。

　Ⓐ *Kinō no kaeri wa taihen datta sō desu ne.*
　Ⓑ *Ē. Ame ni nureru shi, atama wa gangan itaku naru shi.*

Ⓐ Nghe nói hôm qua về nhà vất vả lắm hả.
Ⓑ Ừ. Vừa bị mưa ướt mà đầu thì đau như búa bổ.

62

クラクラ
Kurakura

Lảo đảo, xây xẩm

めまいがして倒れそうな状態。

Trạng thái chóng mặt suýt ngất.

 クラクラする、N「頭」「目」がクラクラ

Lưu ý めまいがしたとき、また、難しい問題が起きたときによく使う。

Thường dùng khi bị chóng mặt hay khi xảy ra vấn đề khó khăn.

---

1 Ⓐ さっき、いすから立つ時にちょっとクラクラした。

Ⓑ 大丈夫？　ご飯、ちゃんと食べてる？

Ⓐ Lúc nãy đứng lên thấy người hơi lảo đảo.
Ⓑ Có sao không vậy? Đã ăn cơm đầy đủ chưa?

Ⓐ *Sakki, isu kara tatsu toki ni chotto kurakura shita.*
Ⓑ *Daijōbu? Gohan, chanto tabeteru?*

---

2 ★ あー、頭がクラクラする。熱があるかも。

★ Ồi... chóng mặt quá. Sốt nữa hay sao ấy!

★ *Ā, atama ga kurakura suru. Netsu ga aru kamo.*

 ❈ 比ゆ的な表現もある。

Có cả cách dùng ẩn dụ.

例 費用が50万円かかると聞いて、クラクラしてきた。

Hiyō ga gojū-man-en kakaru to kīte, kurakura shite kita.

Nghe nói chi phí hết 500 nghìn yên mà xây xẩm mặt mày.

63

58

ゾクゾク
Zokuzoku

Ớn lạnh

風邪<ruby>かぜ</ruby>などで寒<ruby>さむ</ruby>さを感<ruby>かん</ruby>じる様子<ruby>ようす</ruby>。
Cảm giác lạnh vì bị cảm v.v…

Cấu trúc thường dùng ゾクゾクする、ゾクゾク **Adj**「寒<ruby>さむ</ruby>い」、**N**「背中<ruby>せなか</ruby>」「背筋<ruby>せすじ</ruby>」が ゾクゾク

Lưu ý 風邪<ruby>かぜ</ruby>で熱<ruby>ねつ</ruby>があるときに感<ruby>かん</ruby>じる寒<ruby>さむ</ruby>さ。
Cảm thấy lạnh khi bị sốt vì cảm.

---

1 Ⓐ 熱<ruby>ねつ</ruby>はないんですが、ゾクゾクして寒<ruby>さむ</ruby>いんです。
Ⓑ じゃ、風邪<ruby>かぜ</ruby>のひき始<ruby>はじ</ruby>めかもしれませんよ。

Ⓐ Không bị sốt nhưng thấy ớn lạnh quá.
Ⓑ Thế thì chắc chớm bị cảm đấy.

Ⓐ *Netsu wa nai n desu ga, zokuzoku shite samui n desu.*
Ⓑ *Ja, kaze no hiki hajime kamo shiremasen yo.*

---

2 ★ 背中<ruby>せなか</ruby>がゾクゾクしてきたので、今日<ruby>きょう</ruby>は早<ruby>はや</ruby>く寝<ruby>ね</ruby>ます。

★ Thấy sống lưng ớn lạnh nên hôm nay tôi đi ngủ sớm.

★ *Senaka ga zokuzoku shite kita node, kyō wa hayaku nemasu.*

Cách dùng khác ※ 恐怖<ruby>きょうふ</ruby>や興奮<ruby>こうふん</ruby>を表<ruby>あらわ</ruby>す表現<ruby>ひょうげん</ruby>もある。
Có thể dùng để thể hiện sự sợ hãi hay hưng phấn.

例 決勝<ruby>けっしょう</ruby>がどんな試合<ruby>しあい</ruby>になるか、今<ruby>いま</ruby>からゾクゾクする。
Kesshō ga donna shiai ni naru ka, ima kara zokuzoku suru.
Cảm thấy háo hức với trận chung kết.

64

ブルブル
Buruburu

Run rẩy

寒くて体がふるえる状態。
<small>さむ　　からだ　　　　　　じょうたい</small>

Trạng thái cơ thể run rẩy vì lạnh.

 ブルブルする、ブルブルV「ふるえる」、N「体」がブルブル
<small>からだ</small>

Lưu ý 特に体がふるえるときに使う。
<small>とく　からだ　　　　　　つか</small>

Đặc biệt được dùng khi cơ thể run.

---

1 Ⓐ 大丈夫？　ブルブルふるえてるじゃない。
<small>だいじょう ぶ</small>
　 Ⓑ うん…寒い。
<small>さむ</small>

Ⓐ Sao thế? Đang run lẩy bẩy này.
Ⓑ Ừ… lạnh quá!

Ⓐ *Daijōbu? Buruburu furueteru ja nai.*
Ⓑ *Un…samui.*

---

2 ★ 雪の中でブルブルふるえて立っていまし
<small>ゆき　なか</small>　　　　　　　　　　　　　<small>た</small>
　 た。

★ Đứng run lẩy bẩy trong tuyết.

★ *Yuki no naka de buruburu furuete tatte imashita.*

65

(59)

へとへと
Hetoheto

Mệt nhoài

ひどく疲れて、何もできない状態。
Trạng thái rất mệt không làm được gì.

Cấu trúc thường dùng へとへとだ、へとへとにV「疲れる」

Lưu ý エネルギーが切れたような状態。
Trạng thái hết năng lượng.

---

1 Ⓐ あー、もう、へとへと。これ以上できないよ。

Ⓑ そうだね。もうこれで終わりにしよう。

Ⓐ *Ā, mō, hetoheto. Kore ijō deki nai yo.*
Ⓑ *Sō dane. Mō kore de owari ni shiyō.*

Ⓐ Ôi... mệt hết hơi. Không thể làm gì được nữa.
Ⓑ Thế hả. Làm nốt cái này rồi thôi nhé.

---

2 ★ 今日は朝から夜までずっと忙しくて、へとへとに疲れた。

★ *Kyō wa asa kara yoru made zutto isogashikute, hetoheto ni tsukareta.*

★ Hôm nay bận từ sáng đến tối nên mệt nhoài.

66

ぐったり
Guttari

Ủ rũ, rũ rượi

疲れや熱のために力が抜けたような状態。
つか　ねつ　　　　ちから ぬ　　　　　　　じょうたい
Trạng thái mất hết sức lực vì mệt mỏi, hay sốt v.v…

 ぐったりする、ぐったりだ、ぐったりとV「疲れる」「倒れる」
つか　　たお

Lưu ý 疲れや熱などで力を失って元気が出ない状態。
つか　ねつ　　　　ちから うしな　　げんき で　　じょうたい
Trạng thái mất hết sức lực, không còn sự phấn chấn vì mệt mỏi, ốm sốt v.v…

1 Ⓐ 疲れたー！　もうぐったり。
　　つか
　Ⓑ お疲れ様！　今日はよく寝て。
　　　つか　さま　　きょう　　　ね

　Ⓐ Tsukaretā! Mō guttari.
　Ⓑ Otsukaresama! Kyō wa yoku nete.

Ⓐ Mệt quá! Mệt rũ cả ra.
Ⓑ Vất vả quá! Hôm nay ngủ nhiều vào nhé!

2 Ⓐ お子さんの具合は？
　　こ　　　ぐあい
　Ⓑ 熱がかなりあって、ぐったりしています。
　　ねつ

　Ⓐ Okosan no guai wa?
　Ⓑ Netsu ga kanari atte, guttari shite imasu.

Ⓐ Tình trạng con chị sao rồi?
Ⓑ Bị sốt cao và người cứ rũ ra.

全部クリア
ぜん ぶ

Rõ ràng

67

60

はっきり
Hakkiri

Rõ ràng

形 など が、 どんな もの か、 わかりやすい 様子。
かたち   よう す

Tin trạng biết rõ là vật như thế nào, hình dạng ra sao.

 はっきり する、 はっきり V 「言う」、 はっきり と V
い

Lưu ý 曖昧 な ところ が なく、 それ が どんな もの か、 よく わかる。
あいまい

Hiểu rõ là như thế nào, không có điểm nào lờ mờ.

---

1 🅐 それ が、 その・・・あの・・・

  🅑 何？　はっきり 言って ください。
     なに   い

  🅐 *Sorega, sono…ano…*
  🅑 *Nani? Hakkiri itte kudasai.*

🅐 Chuyện đó... à... ừm...
🅑 Cái gì? Nói ra đi xem nào!

---

2 ⭐ もう 少し はっきり 書いて ください。
      すこ   か

  ⭐ *Mō sukoshi hakkiri kaite kudasai.*

⭐ Hãy viết rõ hơn một chút.

68

くっきり
Kukkiri

Rõ mồn một

姿や形が非常にはっきりしている様子。
すがた かたち　ひじょう　　　　　　　　　　　　　　ようす

Hình dạng, dáng vẻ rất rõ ràng.

Cấu trúc thường dùng くっきりする、くっきり V「写る」「見える」「浮かぶ」、
うつ　　　み　　　　　う
くっきりと V、くっきりした N

Lưu ý 線が太かったり、色が濃かったりして、見て、その部分がよくわかるとき
せん ふと　　　いろ こ　　　　　　　　　み　　　　　ぶぶん
に使う。
つか

Thường dùng khi nhìn rõ đường nét, màu sắc.

1　Ⓐ 日焼けのあとが**くっきり**残ってる。
　　　ひ や　　　　　　　　　　　　のこ
　　Ⓑ 昨日、ずっと外にいたからね。
　　　きのう　　　　そと

　Ⓐ 日焼け: Vết cháy nắng còn in rõ này.
　Ⓑ Vì hôm qua ở ngoài suốt mà.

　Ⓐ *Hiyake no ato ga kukkiri nokotteru.*
　Ⓑ *Kinō, zutto soto ni ita kara ne.*

2　★ 今日は富士山が**くっきり**見えるね。
　　　きょう　　ふじさん　　　　　　み

　★ Hôm nay nhìn rõ mồn một núi Phú Sĩ.

　★ *Kyō wa Fujisan ga kukkiri mieru ne.*

69

すっきり →p.203

Sukkiri

Thoáng, thoải mái

余計なものや曖昧なところがなく、気持ちよく感じられる様子。

Không có sự khó hiểu, rườm rà mà vừa đủ để cảm thấy thoải mái.

Cấu trúc thường dùng すっきりする、すっきりV「片づく」、すっきりとV

Lưu ý 余計なものを取ったあとの気持ちよさを表す。

Diễn tả sự thoải mái sau khi đã gột bỏ được sự rườm rà.

---

1 Ⓐ この部屋、すっきりしたね。

　 Ⓑ そうでしょ？　家具を減らしたから。

Ⓐ *Kono heya, sukkiri shita ne.*
Ⓑ *Sō desho? Kagu o herashita kara.*

Ⓐ Phòng này thoáng hẳn ra nhỉ.
Ⓑ Đấy. Vì tớ dẹp bớt đồ đạc đi mà.

---

2 ★ 髪、切ったんだ。ずいぶん、すっきりしたね。

★ *Kami, kitta n da. Zuibun, sukkiri shita ne.*

★ Cắt tóc rồi hả. Nhìn thoải mái hẳn nhỉ.

さっぱり

Sappari

→p.129、p. 202

Một chút cũng không, thoải mái

全然～ない。
ぜんぜん

Hoàn toàn không ~ .

Cấu trúc thường dùng さっぱりする、さっぱり V ない「わからない」、さっぱりと V

Lưu ý 「わかる」「売れる」「見る」「聞く」などの動詞につく。
Thường đi với động từ「わかる」「売れる」「見る」「聞く」.

---

1 Ⓐ どう？　少しは売れた？
　　すこ
　Ⓑ いや。こんな天気じゃ、だめ。さっぱり
　　　　　　てん　き
　　売れないよ。
　　う

　Ⓐ *Dō? Sukoshi wa ureta?*
　Ⓑ *Iya. Konna tenki ja, dame. Sappari urenai yo.*

Ⓐ Thế nào? Có bán được chút nào không?
Ⓑ Không, thời tiết này không ăn thua. Hoàn toàn không bán được chút nào cả.

---

2 パソコンのことなんて、私にはさっぱり
　　　　　　　　　　　　　わたし
　わからない。

　 Pasokon no koto nante, watashi ni wa sappari wakaranai.

 Tôi hoàn toàn không biết gì về máy tính cả.

71 ⑥

すっかり
Sukkari

Hoàn toàn

完全に、何から何まで。
かんぜん　なに　なに
Tất cả, toàn bộ.

 Cấu trúc thường dùng すっかり V「変わる」「片づく」「なくす」、すっかりと V
か　　　　かた

Lưu ý 残るところがなく全部であること。
のこ　　　　　　　ぜんぶ
Hoàn toàn, tất cả, không thừa lại gì.

---

1 Ⓐ 最近、引っ越したんでしょ。もう、
さいきん　ひ　こ
落ち着いた？
お　つ
Ⓑ はい、おかげさまで。すっかり
片づきました。
かた

Ⓐ *Saikin, hikkoshita n de sho. Mō, ochitsuita?*
Ⓑ *Hai, okagesama de. Sukkari katazukimashita.*

Ⓐ Cậu mới chuyển nhà đúng không? Đã ổn định chưa?
Ⓑ Vâng, cám ơn anh. Cũng đã dọn dẹp được xong hết rồi ạ.

---

2 ★ 彼は会社に勤めるようになって、
かれ　かいしゃ　つと
すっかり変わった。
か

★ *Kare wa kaisha ni tsutomeru yō ni natte, sukkari kawatta.*

★ Từ hồi anh ấy vào làm công ty thì thay đổi hoàn toàn.

72

バッチリ

Hoàn hảo, chính xác, thuận lợi, đầy đủ

Bacchiri

順調に、準備が十分、完璧。
じゅんちょう　じゅん び　じゅうぶん　かんぺき
Thuận lợi, đầy đủ, hoàn hảo.

 バッチリだ、Nはバッチリ

Lưu ý 準備が完璧なときによく使う。
じゅん び　かんぺき　　　　　つか
Thường sử dụng khi chuẩn bị gì đó rất hoàn hảo.

---

1 Ⓐ 田中さん、プレゼンの準備は大丈夫？
　　 た なか　　　　　　　　じゅん び　だいじょう ぶ
　 Ⓑ うん、今回はバッチリ。
　　　　　こんかい

　 Ⓐ *Tanaka san, purezen no junbi wa daijōbu?*
　 Ⓑ *Un, konkai wa bacchiri.*

Ⓐ Anh Tanaka, chuẩn bị phát biểu ổn chứ?
Ⓑ Vâng, lần này thì hoàn hảo ạ!

---

2 ★ 料理もあるし、ワインもあるし、
　　 りょう り
　　 バッチリだね。

　 ★ *Ryōri mo aru shi, wain mo aru shi, bacchiri da ne.*

★ Có cả đồ ăn, rượu vang rồi, quá đầy đủ!!

程度
ていど

Mức độ

73

(63)

めちゃくちゃ／
めっちゃ →p.103

Rất, vô cùng

Mechakucha/ Meccha

非常に、すごく。
ひじょう
Nhấn mạnh ý "rất ~".

Cấu trúc thường dùng めちゃくちゃ Adj「面白い」「楽しい」
　　　　　　　　　　　　　　おもしろ　　　たの

Lưu ý 程度が非常に強いことを表す。会話では「めっちゃ」もよく使われる。
ていど ひじょう つよ　　　　　　あらわ　かいわ　　　　　　　　　　つか
Diễn tả mức độ rất mạnh. Trong văn nói thường dùng từ「めっちゃ」.

---

1 Ⓐ ケーキ、どう？

Ⓑ めちゃくちゃおいしい。

Ⓐ *Kēki, dō?*
Ⓑ *Mechakucha oishī.*

Ⓐ Bánh ngọt thế nào?
Ⓑ Ngon vô cùng.

---

2 ★ 見て、見て、パンダの赤ちゃん。めっちゃ
　　み　　み　　　　　　　あか
かわいい！

★ *Mite, mite, panda no akachan. Meccha kawaī!*

★ Nhìn kìa nhìn kìa, con gấu trúc con. Đáng yêu quá đi thôi!

うんと
Unto

Nhiều

たくさん、非常に。
<ruby>非常<rt>ひ じょう</rt></ruby>に。

Rất, nhiều ~.

Cấu trúc thường dùng うんと V 「<ruby>食<rt>た</rt></ruby>べる」「<ruby>飲<rt>の</rt></ruby>む」「<ruby>勉強<rt>べんきょう</rt></ruby>する」、うんと Adj 「<ruby>楽<rt>たの</rt></ruby>しい」「<ruby>高<rt>たか</rt></ruby>い」

Lưu ý <ruby>量<rt>りょう</rt></ruby>が<ruby>多<rt>おお</rt></ruby>いことを<ruby>漠然<rt>ばくぜん</rt></ruby>と<ruby>言<rt>い</rt></ruby>う。
Cách nói khi muốn diễn đạt lượng nhiều.

---

1 Ⓐ〈<ruby>小<rt>ちい</rt></ruby>さい<ruby>子<rt>こ</rt></ruby>どもに〉うんと<ruby>食<rt>た</rt></ruby>べて、<ruby>大<rt>おお</rt></ruby>きくなってね。

　Ⓑ はい。

　Ⓐ〈*Chīsai kodomo ni*〉*Unto tabete, ōkiku natte ne.*
　Ⓑ *Hai.*

Ⓐ〈Nói với trẻ nhỏ〉 Ăn thật nhiều vào cho mau lớn nhé!
Ⓑ Vâng ạ.

---

2 ⭐ <ruby>医者<rt>い しゃ</rt></ruby>になりたいんですか。じゃ、うんと<ruby>勉強<rt>べんきょう</rt></ruby>しないと。

　⭐ *Isha ni naritai n desu ka? Ja, unto benkyō shinai to.*

⭐ Muốn trở thành bác sĩ ấy hả? Thế thì phải học thật nhiều vào.

その他 <small>た</small>	Khác

75 **64**

そっくり
Sokkuri

Giống hệt

非常によく似ていること。
<small>ひ じょう に</small>
Chỉ sự rất giống nhau.

 Nと（に）そっくりだ

Lưu ý 見た目だけでなく、内容についても言う。
<small>み め ないよう い</small>
Không chỉ dùng cho hình thức mà cũng có thể dùng cho cả nội dung.

---

1 Ⓐ たけしさんって、お父さんとそっくりで
<small>とう</small>
すね。

Ⓑ よくそう言われます。
<small>い</small>

Ⓐ *Takeshi san tte, otōsan to sokkuri desu
ne.*
Ⓑ *Yoku sō iwaremasu.*

Ⓐ Anh Takeshi giống hệt
bố nhỉ.
Ⓑ Vâng, mọi người hay nói
thế lắm.

---

2 ⭐ この映画のストーリー、前に見たマンガ
<small>えい が</small> <small>まえ み</small>
とそっくり。

⭐ *Kono ēga no sutōrī, mae ni mita manga
to sokkuri.*

⭐ Nội dung bộ phim này
giống hệt truyện tranh
xem hôm trước.

76

そろそろ
Sorosoro

Chuẩn bị

まもなく。

Sắp.

Cấu trúc thường dùng そろそろ V 「出かける」

Lưu ý 「もう、その時間だ」と言いたいときに使う。

Dùng khi muốn nói "Đã đến giờ ~ rồi".

---

1 Ⓐ もう２時だ。そろそろ出かけましょう。
　 Ⓑ そうですね。

　Ⓐ *Mō ni-ji da. Sorosoro dekakemashō.*
　Ⓑ *Sō desu ne.*

Ⓐ Đã 2 giờ rồi. Chuẩn bị đi thôi.
Ⓑ Vâng.

---

2 ⭐ ねえ、見ないの？　そろそろ試合、始まるよ。

　⭐ *Nē, minai no? Sorosoro shiai, hajimaru yo.*

⭐ Này, không xem à? Trận đấu sắp bắt đầu rồi.

77

でこぼこ（凸凹）

Dekoboko

Lồi lõm

平らでなく、出ているところと
へこんでいるところがある様子。

Trạng thái không bằng phẳng, chỗ lồi
lên, chỗ lõm xuống.

> **Cấu trúc thường dùng** でこぼこする、でこぼこだ、でこぼこN「道」

> **Lưu ý** 漢字は「凸凹」。（「でこ」＋「ぼこ」でなく）二字で「でこぼこ」と読む。
> Chữ Hán là 「凸凹」. Không phải là từ ghép của từ "Deko" + "Boko" mà 2 chữ này
> được đọc là "DEKOBOKO".

---

1 Ⓐ この道、でこぼこしてて、歩きにくいね。
　 Ⓑ うん。

　 Ⓐ Đường này khúc khuỷu
　　 khó đi nhỉ.
　 Ⓑ Ừ.

　 Ⓐ *Kono michi, dekoboko shitete, aruki nikui
　　 ne.*
　 Ⓑ *Un.*

---

2 ★ 表面はツルツルしているかと思ったら、
　 意外とでこぼこしていた。

　 ★ Cứ tưởng bề mặt trơn
　　 tru thế mà không ngờ
　　 lồi lõm nhỉ.

　 ★ *Hyōmen wa tsurutsuru shite iru ka to
　　 omottara, igai to dekoboko shite ita.*

PART 4

心の状態を表す
こころ　　じょうたい　あらわ
Diễn đạt trạng thái tâm tư tình cảm

楽しい
たの
Vui vẻ

我慢の限界
が まん　げんかい
Giới hạn chịu đựng

緊張・不安
きんちょう　ふ あん
Hồi hộp bất an

混乱
こんらん
Lúng túng

感動
かんどう
Cảm động

後悔・不満
こうかい　ふ まん
Hối hận, bất mãn

失望
しつぼう
Thất vọng

心の変化
こころ　へん か
Thay đổi tâm tư

不確か
ふ たし
Không rõ ràng

気分
き ぶん
Cảm xúc

驚き
おどろ
Bất ngờ, kinh ngạc

怒り
いか
Nóng giận

楽しい
たの

Vui vẻ

1

65

ワクワク
Wakuwaku

Háo hức

予定されている楽しいことなどを思い、期待で胸がふくらむ様子。
よてい　　　　　　　たの　　　　　　　　　　おも　　　きたい　むね　　　　　　　　　ようす

Nghĩ tới việc vui sắp diễn ra và không ngừng kì vọng.

Cấu trúc thường dùng
ワクワクする、ワクワクとV、N「胸」「心」がワクワク
むね　こころ

Lưu ý 楽しみにしているイベントの前によく使う。
たの　　　　　　　　　　　　　　　　　　　まえ　　　　つか

Thường dùng trước khi diễn ra sự kiện đang mong đợi.

---

1 Ⓐ 4月から社会人だね。
　　がつ　しゃかいじん

Ⓑ はい。少し不安もありますが、ワクワク
　　　　すこ　ふあん
　　しています。

Ⓐ *Si-gatsu kara shakai jin da ne.*
Ⓑ *Hai. Sukoshi fuan mo arimasu ga,*
　wakuwaku shite imasu.

Ⓐ Từ tháng 4 là đi làm rồi nhỉ.
Ⓑ Vâng, có chút lo lắng nhưng cũng háo hức lắm ạ.

---

2 ★ 初めてパリに行くので、ワクワクしてい
　　はじ　　　　　　　い
　　ます。

★ *Hajimete pari ni iku node, wakuwaku*
　shite imasu.

★ Lần đầu tiên được đi Pari nên háo hức quá.

2

ウキウキ

Ukiuki

Rộn ràng,
phấn chấn

心が明るく弾んでいる様子。

Tâm trạng vui vẻ, phấn chấn.

 Cấu trúc thường dùng ウキウキする、ウキウキとV、N「胸」「心」がウキウキ

Lưu ý 楽しさやうれしさから落ち着かないときに使う。

Thường dùng khi tâm trạng vui vẻ, không kìm chế được.

---

1 Ⓐ 桜が咲き始めると、なんだかウキウキしてくる。

Ⓑ 春が来た、って感じがするよね。

Ⓐ *Sakura ga saki hajimeru to, nandaka ukiuki shite kuru.*

Ⓑ *Haru ga kita, tte kanji ga suru yo ne.*

Ⓐ Hoa anh đào nở là cảm thấy rộn ràng nhỉ.

Ⓑ Cảm giác mùa xuân đã tới nhỉ.

---

2 ★ 今日、デートがあるから、姉がウキウキしていました。

★ *Kyō, dēto ga aru kara, ane ga ukiuki shite imashita.*

★ Hôm nay đi hẹn hò với người yêu nên tâm trạng rộn ràng quá.

---

3 66

そわそわ
Sowasowa

Bồn chồn

予定されていることが気になって、落ち着かない様子。
Để ý tới việc sắp diễn ra, đứng ngồi không yên.

 Cấu trúc thường dùng：そわそわする、そわそわとＶ

Lưu ý 心が落ち着かず、じっとしていられない様子の人について言う。
Dùng để chỉ người đang không bình tĩnh, không thể ngồi yên.

---

1 Ⓐ 彼、何か朝からそわそわしてない？
Ⓑ 今日、デートみたいだよ。

Ⓐ *Kare, nanka asa kara sowasowa shite nai?*
Ⓑ *Kyō, dēto mitai da yo.*

Ⓐ Anh ấy làm gì mà từ sáng cứ bồn chồn thế nhỉ?
Ⓑ Hôm nay có hẹn với người yêu hay sao ấy.

---

2 Ⓐ 〈病院で〉ひろしさん、そわそわしてるね。
Ⓑ それはそうでしょう。もうすぐ父親になるんだから。

Ⓐ 〈*Byōin de*〉 *Hiroshi san, sowasowa shiteru ne.*
Ⓑ *Sore wa sō deshō. Mōsugu chichioya ni naru n dakara.*

Ⓐ 〈Tại bệnh viện〉 Anh Hiroshi trông bồn chồn nhỉ.
Ⓑ Chứ còn gì nữa. Sắp lên chức bố mà.

4

ルンルン
Runrun

Hào hứng, phấn khởi, háo hức

良いことが起きるのを興奮して待つときの心がおどる様子。
Hưng phấn với việc vui sắp xảy ra, tâm trạng phấn khởi trong khi đợi.

Cấu trúc thường dùng ルンルンする、ルンルンとV、ルンルンN「気分」

Lưu ý 楽しいことやうれしいことがあり、心がおどるような気分。
Tâm trạng phấn khởi khi có chuyện vui.

---

1 Ⓐ 彼女、明日からハワイに旅行に行くそうですよ。

Ⓑ じゃ、ルンルン気分だね。

Ⓐ *Kanojo, ashita kara hawai ni ryokō ni iku sō desu yo.*

Ⓑ *Ja, runrun kibun da ne.*

Ⓐ Nghe nói ngày mai cô ấy đi du lịch Hawaii đấy.
Ⓑ Thế thì phấn khởi lắm nhỉ.

2 Ⓐ 宝くじが当たったんだって？

Ⓑ うん、5万円。だから、ちょっとルンルンしてる。

Ⓐ *Takara kuji ga atatta n datte?*

Ⓑ *Un, go-man-en. Dakara, chotto runrun shiteru.*

Ⓐ Nghe nói trúng số hả?
Ⓑ Ừ, 50 nghìn yên. Nên có chút phấn khởi.

緊張・不安
きんちょう　ふあん

5

（67）

ドキドキ
Dokidoki

Hồi hộp

不安や喜びで心臓の動きが速くなる状態。
ふあん　よろこ　しんぞう　うご　はや　　じょうたい

Trạng thái tim đập nhanh do bất an hoặc niềm vui.

 Cấu trúc thường dùng ドキドキする、ドキドキとV、N「胸」「心」がドキドキ
むね　こころ

Lưu ý 心臓が動く音を表した言葉。
しんぞう　うご　おと　あらわ　ことば
Là từ diễn tả âm thanh đập của tim.

---

1 Ⓐ ああ、もうすぐ電話来る。どうしよう、
でんわく
　　ドキドキする。

　 Ⓑ 大丈夫、落ち着いて。
だいじょうぶ　お　つ

Ⓐ *Ā, mōsugu denwa kuru. Dōshiyō,
dokidoki suru.*

Ⓑ *Daijōbu, ochitsuite.*

Ⓐ Ôi, sắp có điện thoại
đấy. Làm sao bây giờ,
hồi hộp quá!

Ⓑ Bình tĩnh đi nào!

---

2 ★ 面接の前はいつもドキドキしちゃう。
めんせつ　まえ

★ *Mensetsu no mae wa itsumo dokidoki
shichau.*

★ Trước khi phỏng vấn
bao giờ cũng hồi hộp.

6

ハラハラ

Harahara

危険な状況を前に、大変なことが起きないか、心配する様子。
きけん じょうきょう まえ たいへん お しんぱい ようす

Tâm trạng lo lắng sẽ có chuyện xảy ra khi đang chứng kiến, đối diện với tình trạng nguy hiểm.

 Cấu trúc thường dùng ハラハラする、ハラハラとV

Lưu ý 自分以外の何かが危険にあるときに使う。
じぶんいがい なに きけん つか

Dùng khi cảm thấy nguy hiểm với người khác.

---

1 Ⓐ もう、ハラハラしたよ。落ちたら、
大けがしてたよ。
おお

Ⓑ 大丈夫だよ。ちゃんと注意してるから。
だいじょうぶ ちゅうい

Ⓐ *Mō, harahara shita yo. Ochitara, ōkega shiteta yo.*

Ⓑ *Daijōbu da yo. Chanto chūi shiteru kara.*

Ⓐ Ôi thót cả tim. Ngã là thương nặng đấy.

Ⓑ Yên tâm. Mình rất chú ý mà.

---

2 ⭐ 昨日の試合は、勝つか負けるか、最後
きのう しあい か ま さいご
までハラハラさせられた。

⭐ *Kinō no shiai wa, katsu ka makeru ka, saigo made harahara saserareta.*

⭐ Trận đấu hôm qua làm tôi thót tim đến phút chót không biết thắng hay thua nữa.

7

ヒヤヒヤ
Hiyahiya

Bất an,
ớn lạnh

ヒヤヒヤ

危険を感じたことが現実にならないかと、不安や恐怖を感じる様子。
<ruby>危険<rt>きけん</rt></ruby> <ruby>感<rt>かん</rt></ruby> <ruby>現実<rt>げんじつ</rt></ruby> <ruby>不安<rt>ふあん</rt></ruby> <ruby>恐怖<rt>きょうふ</rt></ruby> <ruby>感<rt>かん</rt></ruby> <ruby>様子<rt>ようす</rt></ruby>
Cảm thấy bất an, hoảng sợ khi nghĩ điều mình lo lắng sẽ trở thành sự thật.

 Cấu trúc thường dùng ヒヤヒヤする、ヒヤヒヤとV

Lưu ý 自分自身が危険にあるときに使う。
<ruby>自分自身<rt>じぶんじしん</rt></ruby> <ruby>危険<rt>きけん</rt></ruby> <ruby>使<rt>つか</rt></ruby>
Dùng khi thấy nguy hiểm với bản thân.

---

1 Ⓐ 間に合って良かったね。
<ruby>間<rt>ま</rt></ruby> <ruby>合<rt>あ</rt></ruby> <ruby>良<rt>よ</rt></ruby>
Ⓑ 遅れるんじゃないかと、ヒヤヒヤしたよ。
<ruby>遅<rt>おく</rt></ruby>

Ⓐ May mà vẫn kịp nhỉ.
Ⓑ Tớ cứ sợ là muộn rồi ấy chứ.

Ⓐ *Ma ni atte yokatta ne.*
Ⓑ *Okureru n ja nai ka to, hiyahiya shita yo.*

---

2 ★ 嘘がバレたらどうしようとヒヤヒヤした。
<ruby>嘘<rt>うそ</rt></ruby>

★ Tôi lo sợ nếu điều mình nói dối bị lộ.

★ *Uso ga baretara dōshiyō to hiyahiya shita.*

 Cách dùng khác ✳ 瞬間的に危険を感じたとき、「ヒヤッとする」を使う。
<ruby>瞬間的<rt>しゅんかんてき</rt></ruby> <ruby>危険<rt>きけん</rt></ruby> <ruby>感<rt>かん</rt></ruby> <ruby>使<rt>つか</rt></ruby>
Khi bất chợt cảm thấy nguy hiểm thì dùng cách nói 「ヒヤッとする」.

例 電車が目の前に来たときはヒヤッとした。
<ruby>電車<rt>でんしゃ</rt></ruby> <ruby>目<rt>め</rt></ruby> <ruby>前<rt>まえ</rt></ruby> <ruby>来<rt>き</rt></ruby>
Densha ga me no mae ni kita toki wa hiyatto shita.
Thấy sợ khi tàu điện chạy qua trước mặt.

8

ビクビク
Bikubiku

Run rẩy, sợ sệt

常に不安や恐怖を感じながら、
気持ちが小さくなる様子。
<ruby>常<rt>つね</rt></ruby> <ruby>不安<rt>ふあん</rt></ruby> <ruby>恐怖<rt>きょうふ</rt></ruby> <ruby>感<rt>かん</rt></ruby>
<ruby>気持<rt>きも</rt></ruby> <ruby>小<rt>ちい</rt></ruby> <ruby>様子<rt>ようす</rt></ruby>

Cảm giác sợ sệt ngần ngừ vì cảm
thấy bất an, lo lắng.

Cấu trúc thường dùng ビクビクする、ビクビクとV

Lưu ý 恐怖にふるえているような心の状態。
Trạng thái run rẩy vì sợ hãi.

1 Ⓐ そんなにビクビクしないで。
　Ⓑ すみません。初めての経験なので、緊張
　　して。

Ⓐ Việc gì phải run rẩy thế chứ.
Ⓑ Tớ xin lỗi, vì là lần đầu tiên nên tôi hồi hộp quá.

Ⓐ *Sonna ni bikubiku shinaide.*
Ⓑ *Sumimasen. Hajimete no kēken nanode, kinchō shite.*

2 Ⓐ 店長、すぐ怒るよね。
　Ⓑ うん…。みんな、ビクビクしてるよ。

Ⓐ Ông chủ hở ra là cáu nhỉ.
Ⓑ Ừ... ai cũng sợ sệt.

Ⓐ *Tenchō, sugu okoru yo ne.*
Ⓑ *Un…. Minna, bikubiku shiteru yo.*

9

おどおど
Odoodo

Nem nép

緊張や恐れが強く、自信が全く
持てず、落ち着かない様子。
<ruby>緊張<rt>きんちょう</rt></ruby>や<ruby>恐<rt>おそ</rt></ruby>れが<ruby>強<rt>つよ</rt></ruby>く、<ruby>自信<rt>じしん</rt></ruby>が<ruby>全<rt>まった</rt></ruby>く
<ruby>持<rt>も</rt></ruby>てず、<ruby>落<rt>お</rt></ruby>ち<ruby>着<rt>つ</rt></ruby>かない<ruby>様子<rt>ようす</rt></ruby>。

Không bình tĩnh, hoàn toàn mất tự
tin vì vô cùng hồi hộp, sợ hãi.

Cấu trúc thường dùng おどおどする、おどおどとV

Lưu ý「ビクビク」に<ruby>比<rt>くら</rt></ruby>べ、<ruby>落<rt>お</rt></ruby>ち<ruby>着<rt>つ</rt></ruby>きのなさが<ruby>目立<rt>めだ</rt></ruby>つのが<ruby>特徴<rt>とくちょう</rt></ruby>。
So với「ビクビク」thì trạng thái không bình tĩnh rõ rệt hơn.

---

1 Ⓐ <ruby>何<rt>なに</rt></ruby>も<ruby>悪<rt>わる</rt></ruby>いことしてないんだから、おどおど
　 することないよ。

　 Ⓑ そうだね。

　 Ⓐ *Nani mo warui koto shitenai n dakara,*
　 odoodo suru koto nai yo.
　 Ⓑ *Sō da ne.*

　 Ⓐ Không làm việc gì
　 xấu thì việc gì phải
　 nem nép thế chứ.
　 Ⓑ Ừ...

2 ★ <ruby>社長<rt>しゃちょう</rt></ruby>はすぐ<ruby>怒<rt>おこ</rt></ruby>るから、みんな、<ruby>社長<rt>しゃちょう</rt></ruby>の<ruby>前<rt>まえ</rt></ruby>で
　 はおどおどしちゃうんだよね。

　 ★ *Shachō wa sugu okoru kara, minna, shachō*
　 no mae de wa odoodo shichau n da yo ne.

　 ★ Giám đốc hay nổi cáu
　 nên ai cũng nem nép
　 lúc trước mặt giám
　 đốc.

感動
かんどう **Cảm động**

10 (69)

グッと
Gutto

Động lòng, lay động, xúc động

何かを見たり聞いたりしたときに、感動して心を奪われる様子。
なに　　み　　き　　　　　　　　　　かんどう　　こころ　うば　　　　ようす

Cảm động, ngây người khi nhìn thấy hay nghe thấy điều gì đó.

 **Cấu trúc thường dùng** グッと V「来る」
く

Lưu ý 感動や強い感情が急に胸にわき上がること。
かんどう　つよ　かんじょう　きゅう　むね　　　あ

Cảm xúc mạnh hoặc sự cảm động đột nhiên dâng lên trong lồng ngực.

---

1 Ⓐ 今日、面接した人はどうですか。
きょう　めんせつ　ひと

Ⓑ うーん、悪くないんだけど、もう一つ
わる　　　　　　　　　　ひと
グッと来るものがなかったな。
く

Ⓐ *Kyō, mensetsu sita hito wa dō desu ka?*
Ⓑ *Ūn, waruku nai n dakedo, mō hitotsu*
gutto kuru mono ga nakatta na.

Ⓐ Người phỏng vấn hôm nay thế nào?
Ⓑ Ừm... không tồi nhưng không có gì làm mình xúc động cả.

---

2 Ⓐ 彼女のスピーチ、よかったね。
かのじょ

Ⓑ うん、グッと来た。
き

Ⓐ *Kanojo no supīchi, yokatta ne.*
Ⓑ *Un, gutto kita.*

Ⓐ Bài hùng biện của cô ấy hay quá!
Ⓑ Ừ, lay động nhỉ!

11

キュンと
Kyunto

Thích mê, xúc động

感動して、瞬間的に胸が締めつけられる
ような思いになること。

Cảm động và có cảm giác lồng ngực thắt lại trong giây lát.

> **Cấu trúc thường dùng** キュンとする、キュンとなる、N「胸」「心」がキュンと

> **Lưu ý** 恋愛に関する表現として使われることが多い。
> Thường được dùng với cách nói liên quan đến tình yêu.

1　Ⓐ あんな小さな子があんなことを言うなんて！

　　Ⓑ 胸がキュンとなるよね。

　Ⓐ *Anna chīsana ko ga anna koto o iu nante!*
　Ⓑ *Mune ga kyunto naru yo ne.*

Ⓐ Bé thế mà nói được câu như vậy nhỉ.
Ⓑ Xúc động nhỉ!

2　 たった一言だけど、メールもらった時は胸がキュンとしたよ。

　 Tatta hitokoto dakedo, mēru moratta toki wa mune ga kyunto shita yo.

⭐ Chỉ có 1 câu thôi nhưng nhận được mail là thích mê.

---

12 (70)

じーんと
Jīnto

Tan chảy

感動が心の中に広がっていく様子。
<small>かんどう こころ なか ひろ ようす</small>
Trạng thái cảm xúc lan tỏa trong tim.

Cấu trúc thường dùng じーんとする、じーんとV「来る」
<small>く</small>

Lưu ý「心に響く」「胸が熱くなる」ような感覚を表す。
<small>こころ ひび むね あつ かんかく あらわ</small>
Diễn tả cảm giác "lay động trái tim", "lồng ngực nóng lên".

---

1 Ⓐ その映画、そんなにいいの？
<small>えい が</small>
Ⓑ それはもう。何度見てもじーんと来る
<small>なん ど み く</small>
んだ。

Ⓐ Phim đó hay thế cơ à?
Ⓑ Tất nhiên rồi. Xem lần nào tim cũng tan chảy.

Ⓐ Sono ēga, sonna ni ī no?
Ⓑ Sore wa mō. Nando mitemo jīnto kuru n da.

---

2 ★ その話は私も知ってる。じーんと来る
<small>はなし わたし し く</small>
よね。

★ Tớ cũng biết câu chuyện đó. Xúc động tan chảy nhỉ.

★ Sono hanashi wa watashi mo shitteru. Jīnto kuru yo ne.

13

しみじみ
Shimijimi

Thực lòng, sâu xa

心の底から深く感じる様子。
<small>こころ そこ ふか かん ようす</small>

Cảm nhận sâu sắc.

 Cấu trúc thường dùng しみじみする、しみじみとV、N「人生」しみじみ
<small>じんせい</small>

Lưu ý 感情が心に深くしみ込んでいる感じ。
<small>かんじょう こころ ふか こ かん</small>

Cảm xúc thấm sâu trong tim.

---

1 Ⓐ 大変だったね。
<small>たいへん</small>
  Ⓑ うん。自分でもよくやったと、しみじみ
<small>じぶん</small>
  思うよ。
<small>おも</small>

  Ⓐ *Taihen datta ne.*
  Ⓑ *Un. Jibun demo yoku yatta to, shimijimi omou yo.*

Ⓐ Cậu vất vả rồi!
Ⓑ Ừ. Tớ thực sự cũng nghĩ mình đã rất cố gắng.

---

2 ★ 子どもの頃は楽しかったなあと、しみじ
<small>こ ころ たの</small>
  み思います。
<small>おも</small>

  ★ *Kodomo no koro wa tanoshikatta nā to, shimijimi omoimasu.*

★ Tôi cảm nhận sâu sắc rằng thời trẻ con thật là vui.

14

ウルウル

Uuruuru

Rưng rưng

感動して涙が出るような気持ち。
かんどう　　なみだ　で　　　　　　　き も

Cảm động đến mức rơi nước mắt.

 ウルウルする、ウルウルとV、N「目」がウルウル
　　　　　　　　　　　　　　　　　　　　　　め

Lưu ý 感動して涙が出て、あふれそうなときに使う。
　　　　　かんどう　　なみだ　で　　　　　　　　　　つか

Dùng khi cảm động dâng trào nước mắt.

---

1 Ⓐ すごく感動してたね。
　　　　　　　　かんどう

　Ⓑ うん…。ちょっとウルウルしちゃった。

　Ⓐ *Sugoku kandō shiteta ne.*
　Ⓑ *Un…. Chotto uruuru shichatta.*

Ⓐ Cảm động quá nhỉ!
Ⓑ Ừ… tớ rưng rưng rồi ấy.

---

2 ★ これ、子ども向けのアニメだけど、
　　　　こ　　　む

　　大人でもウルウルしますよ。
　　おとな

　★ *Kore, kodomo muke no anime dakedo,
　　otona demo uruuru shimasu yo.*

★ Phim hoạt hình này dành cho trẻ con nhưng người lớn xem cũng thấy rưng rưng.

失望
しつぼう
Thất vọng

15

71

がっかり
Gakkari

Thất vọng, chán

思い通りに行かず、失望して力が抜ける様子。
おも　どお　　 い　　　 しつぼう　 ちから ぬ　　 ようす

Thất vọng chán nản vì không được như ý.

Cấu trúc thường dùng がっかりする、がっかりとV

Lưu ý 期待に反する結果が起きたときに使う。
きたい はん　 けっか お　　　 つか

Dùng khi kết quả xảy ra ngược lại với mong đợi.

---

1 Ⓐ 無料コンサート、中止になったって。
　　 むりょう　　　　　　　　 ちゅうし
　 Ⓑ うそー。がっかり。

Ⓐ Buổi hòa nhạc miễn phí lại bị hủy mất rồi.
Ⓑ Thật á! Chán thế!

Ⓐ *Muryō konsāto, chūshi ni natta tte.*
Ⓑ *Usō. Gakkari.*

---

2 いい人だと思っていたので、それを
　　　　　　 ひと　　　 おも
　 聞いて、がっかりしました。
　 き

★ Cứ tưởng là người tốt nên khi nghe vậy tôi thất vọng lắm.

★ *Ī hito da to omotte ita node, sore o kīte, gakkari shimashita.*

16

がっくり
Gakkuri

Buồn rầu, ủ dột

残念なことが起きて、急に元気をなくす様子。
<ruby>残念<rt>ざんねん</rt></ruby>　<ruby>起<rt>お</rt></ruby>　<ruby>急<rt>きゅう</rt></ruby>　<ruby>元気<rt>げんき</rt></ruby>　<ruby>様子<rt>ようす</rt></ruby>

Đột ngột không còn sức lực vì có chuyện đáng tiếc xảy ra.

Cấu trúc thường dùng がっくりする、がっくりV「来る」、がっくりとV
<ruby>来<rt>く</rt></ruby>

Lưu ý 力が抜けてしまう点が最大の特徴。
<ruby>力<rt>ちから</rt></ruby>　<ruby>抜<rt>ぬ</rt></ruby>　<ruby>点<rt>てん</rt></ruby>　<ruby>最大<rt>さいだい</rt></ruby>　<ruby>特徴<rt>とくちょう</rt></ruby>

Đặc trưng lớn nhất là mất hết sức lực.

---

1 Ⓐ お父さん、検査結果聞いてどうでした？
<ruby>父<rt>とう</rt></ruby>　<ruby>検査<rt>けんさ</rt></ruby><ruby>結果<rt>けっか</rt></ruby><ruby>聞<rt>き</rt></ruby>

Ⓑ はい、健康には自信あったので、
<ruby>健康<rt>けんこう</rt></ruby>　<ruby>自信<rt>じしん</rt></ruby>
がっくりしていました。

Ⓐ Bố cậu nghe kết quả khám sức khỏe thì thế nào rồi?
Ⓑ Vâng. Bố cháu tự tin sức khỏe lắm nên rất ủ dột.

Ⓐ *Otōsan, kensa kekka kīte dō deshita?*
Ⓑ *Hai, kenkō ni wa jishin atta node, gakkuri shite imashita.*

---

2 Ⓐ 彼、代表に選ばれなかったんだ。
<ruby>彼<rt>かれ</rt></ruby>　<ruby>代表<rt>だいひょう</rt></ruby>　<ruby>選<rt>えら</rt></ruby>

Ⓑ そう。知らせを聞いて、がっくりしてたよ。
<ruby>知<rt>し</rt></ruby>　<ruby>聞<rt>き</rt></ruby>

Ⓐ Anh ấy không được chọn làm đại diện à?
Ⓑ Ừ. Nghe thông báo anh ấy ủ rũ lắm.

Ⓐ *Kare, daihyō ni erabare nakatta n da.*
Ⓑ *Sō. Shirase o kīte, gakkuri shiteta yo.*

17

しょんぼり
Shonbori

Ủ rũ

元気がなく、さびしそうな様子。
げん き　　　　　　　　　　　よう す
Không phấn chấn, trông buồn rầu.

 しょんぼりする、しょんぼりとV

【Lưu ý】 話し相手がいない場合もあれば、話をする気分でない場合もある。
はな あい て　　　 ば あい　　　　　　 はなし　　　 き ぶん　　 ば あい
Có thể không có người nói chuyện hoặc cũng có thể không muốn nói chuyện.

1　Ⓐ どうしたの？　そんなにしょんぼりして。
　　Ⓑ お客さんを怒らせてしまったんです。
　　　　きゃく　　おこ

　Ⓐ Dō shita no? Sonna ni shonbori shite.
　Ⓑ Okyakusan o okorasete shimatta n desu.

Ⓐ Sao thế? Trông buồn rầu thế?
Ⓑ Em làm khách giận ạ.

2　★ 田中さん、何かあったの？　一人で
　　　たなか　　なに　　　　　　ひとり
　　しょんぼりしてたけど。

　★ Tanaka san, nani ka atta no?　Hitori de
　　shonbori shiteta kedo.

★ Anh Tanaka có chuyện gì thế? Ở đó một mình ủ rũ.

不確か
ふ たし

Không rõ ràng

18

72

ぼうっと
Bōtto

Lơ đãng, lờ mờ

何にも焦点が合わずに意識がぼやけて
なに　　しょうてん　あ　　　　いしき
いる状態、ぼやけて見える状態。
じょうたい　　　　　み　じょうたい

Trạng thái ý thức lơ đễnh, không tập trung,
nhìn lờ mờ.

 Cấu trúc thường dùng ぼうっとする、ぼうっとV 「考える」
かんが

Lưu ý 「何も見ていない、何も考えていない」ような状態。
なに　み　　　　　なに　かんが　　　　　　　　じょうたい

Trạng thái giống như "không nhìn gì cũng không nghĩ gì".

---

1 Ⓐ 違うところにファックスを送ったん
　　ちが　　　　　　　　　　おく
　　ですか。

Ⓑ すみません、ぼうっとしていました。

Ⓐ *Chigau tokoro ni fakkusu o okutta n desu ka?*
Ⓑ *Sumimasen, bōtto shite imashita.*

Ⓐ Cậu gửi fax nhầm đến chỗ khác à?
Ⓑ Tôi xin lỗi. Tại tôi lơ đễnh.

---

2 ★ めがねがないと、ぼうっとして何も
　　　　　　　　　　　　　　　　なに
　　見えないんです。
　　み

★ *Megane ga nai to, bōtto shite nani mo mienai n desu.*

★ Không có kính nên lờ mờ không nhìn thấy gì cả.

19

ぼんやり
Bon'yari

Lơ đễnh, mơ màng

何かに気を取られて集中できない
状態、はっきりしない状態。

Trạng thái bị chi phối bởi gì đó, không
thể tập trung, trạng thái không rõ ràng.

 Cấu trúc thường dùng ぼんやりする、ぼんやりとV、ぼんやりしたN

Lưu ý 見ているものや考えがはっきりしないこと。
Điều nhìn thấy hay suy nghĩ không rõ ràng.

---

1 Ⓐ あの日はその後、どこに行きましたか。

Ⓑ さあ。記憶がぼんやりしてしまって思い出せないんです。

Ⓐ *Ano hi wa sono ato, doko ni ikimashita ka?*

Ⓑ *Sā. Kioku ga bon'yari shite shimatte omoidasenai n desu.*

Ⓐ Hôm đó sau đấy cậu đi đây vậy?

Ⓑ Chịu. Kí ức mơ hồ nên tôi không nhớ ra nổi.

---

2 Ⓐ なに、ぼんやりしてるんだよ。

Ⓑ ごめん。

Ⓐ *Nani, bon'yari shiteru n da yo.*

Ⓑ *Gomen.*

Ⓐ Làm gì mà lơ đễnh thế hả.

Ⓑ Tôi xin lỗi.

20

73

うとうと
Utouto

Gà gật

眠るつもりはないのに、眠くなって、一時的に眠ってしまう様子。
ねむ　　　　　　　　ねむ　　　　　　いち じ てき　ねむ　　　　　　　ようす

Không định ngủ nhưng buồn ngủ và ngủ trong giây lát.

> **Cấu trúc thường dùng** うとうとする、うとうとV「居眠りをする」、うとうととV
> い ねむ

Lưu ý 居眠りをするときに使う。
い ねむ　　　　　　　　つか
Dùng khi ngủ gật.

---

1 Ⓐ 田中さん、起きてください。着きまし
た なか　　　お　　　　　　　　　　つ
たよ。

Ⓑ あ、すみません。ついうとうととしてし
まって。

Ⓐ Anh Tanaka, dậy đi. Đến nơi rồi.

Ⓑ Ơ, tôi xin lỗi. Ngủ gà gật mất.

Ⓐ *Tanaka san, okite kudasai. Tsukimashita yo.*
Ⓑ *A, sumimasen. Tsui utouto shite shimatte.*

---

2 ⭐ ここは暖かくて気持ちがいいから、
あたた　　　き も
うとうとしている人が多い。
ひと　　おお

⭐ Chỗ này ấm áp dễ chịu nên nhiều người gà gật nhỉ.

⭐ *Koko wa atatakakute kimochi ga ī kara, utouto shiteiru hito ga ōi.*

21

うっとり
Uttori

Mê mẩn

美しいものや素晴らしいものに心を引かれている状態。

Trạng thái bị cái đẹp, sự tuyệt vời hớp hồn.

 うっとりする、うっとりとV

（Lưu ý）心を奪われ、夢を見ているような気分。

Cảm giác bị hớp hồn, như trong mơ.

---

1 Ⓐ ピアノ、すごくよかったね。

Ⓑ うん。うっとりしちゃったよ。

Ⓐ *Piano, sugoku yokatta ne.*
Ⓑ *Un. Uttori shichatta yo.*

Ⓐ Đàn piano quá hay nhỉ.
Ⓑ Ừ. Mê mẩn luôn ấy.

---

2 Ⓐ ずっとうっとりした目で見てたね。

Ⓑ すてきな指輪だなあって思って。

Ⓐ *Zutto uttori shita me de miteta ne.*
Ⓑ *Suteki na yubiwa danā tte omotte.*

Ⓐ Gì mà nhìn mê mẩn suốt thế?
Ⓑ Cái nhẫn này tuyệt quá...

22

うっかり
Ukkari

Lơ đễnh

不注意で気づかない様子。
ふ ちゅう い   き   よう す
Không chú ý, không để ý.

 Cấu trúc thường dùng うっかりする、うっかりV「忘れる」「間違える」、うっかりとV
わす   まちが

Lưu ý するべきことをできなかったミスについて言うことが多い。
い   おお
Thường dùng để nói về lỗi sai khi không thực hiện được việc cần phải làm.

1 Ⓐ すみません、今日は休みなんですが。
きょう   やす
　 Ⓑ あっ、うっかりして曜日を間違えました。
ようび   まちが

Ⓐ Xin lỗi, hôm nay là ngày nghỉ ạ.
Ⓑ Ôi, tôi lơ đễnh nhầm mất ngày.

Ⓐ *Sumimasen, kyō wa yasumi nan desu ga.*
Ⓑ *Att, ukkari shite yōbi o machigaemashita.*

2 ★ うっかりして目覚ましをかけるのを忘れ
めざ   わす
　 ちゃった。

★ Lơ đễnh quên đặt đồng hồ báo thức.

★ *Ukkari shite mezamashi o kakeru no o wasure chatta.*

驚き
_{おどろ}

Bất ngờ, kinh ngạc

びっくり
Bikkuri

Bất ngờ,
giật mình

突然、予想しないことが起きて、驚く様子。
_{とつぜん}　_{よ そう}　　　　　_お　　_{おどろ}　_{ようす}

Bất ngờ với việc ngoài dự kiến đột nhiên xảy ra.

Cấu trúc thường dùng　びっくりする、びっくりだ、びっくりとV

Lưu ý　驚 いたことを表すとき、会話でいちばんよく使われる。
_{おどろ}　　　　　_{あらわ}　　　_{かい わ}　　　　　　　_{つか}

Được dùng nhiều nhất trong hội thoại khi muốn diễn tả sự bất ngờ.

---

1 Ⓐ 鈴木さん!!
_{すず き}

Ⓑ わっ、びっくりした！ こんなところで
会うなんて。
_あ

Ⓐ *Suzuki san!!*
Ⓑ *Watt, bikkuri shita! Konna tokoro de au nante.*

Ⓐ Anh Suzuki!!
Ⓑ Ôi, bất ngờ quá! Không
ngờ lại gặp ở đây đấy!

---

2 ★ 5月に雪が降るなんて、びっくりです。
_{がつ}　_{ゆき}　_ふ

★ *Go gatsu ni yuki ga furu nante, bikkuri desu.*

★ Tháng 5 mà tuyết rơi
thật giật mình nhỉ.

24

ドッキリ／ ドキッ

Dokkiri/ Dokitt

Thót tim

突然のことに、心臓が止まるように感じるほど驚く様子。
とつぜん　　　　しんぞう　と　　　　　　かん　　　　　おどろ　ようす

Trạng thái bất ngờ tới mức tim ngừng đập trước việc bất ngờ xảy ra.

 ドッキリする、ドキッとV

Cấu trúc thường dùng

Lưu ý 心臓が一瞬止まるイメージ。
しんぞう　いっしゅん　と

Mượn hình ảnh tim ngừng đập trong giây lát.

---

1 Ⓐ あー、**ドッキリ**した。びっくりさせない でよ。
　Ⓑ ごめん、ごめん。

Ⓐ *Ā, dokkiri shita. Bikkuri sasenaide yo.*
Ⓑ *Gomen, gomen.*

Ⓐ Ôi, thót cả tim. Đừng có làm người khác giật mình chứ!
Ⓑ Xin lỗi xin lỗi!

2 ★ 知らない人に突然、名前を呼ばれて、 **ドキッ**とした。
し　　　　ひと　とつぜん　なまえ　よ

★ *Shiranai hito ni totsuzen, namae o yobarete, dokitto shita.*

★ Thót tim vì bị người lạ gọi tên.

我慢の限界
がまん　げんかい

Giới hạn chịu đựng

25

(75)

イライラ
Iraira

Bực bội, cằm cẳu, sốt ruột

思い通りにならず、焦ったり、
おも　どお　　　　　　あせ
怒りやすくなったりする様子。
おこ　　　　　　　　　　　よう す

Bồn chồn, nóng nảy khi việc không
theo đúng suy nghĩ.

 Cấu trúc thường dùng イライラする、イライラと

Lưu ý 待っているものがなかなか来ない場面でよく使う。
ま　　　　　　　　　　　　　　　　き　　ば めん　　　　つか
Thường dùng khi thứ mình đợi mãi không tới.

1 Ⓐ 今日は彼女のそばに行かないほうがいい
きょう　　かのじょ　　　　　　い
よ。

Ⓑ そうだね。ずっとイライラしてるものね。

Ⓐ *Kyō wa kanojo no soba ni ikanai hō ga ī
yo.*

Ⓑ *Sō da ne. Zutto iraira shiteru mono ne.*

Ⓐ Hôm nay đừng có tới
gần cô ấy.
Ⓑ Ừ. Thấy cứ bực bội suốt
thôi.

2 ★ バスが全然来なくて、イライラした。
ぜんぜん こ

★ *Basu ga zenzen konakute, iraira shita.*

★ Xe buýt mãi không tới
bực quá.

26

イラッと
Iratto

Bực mình

瞬間的にイライラする様子。
Bực bội trong giây lát.

 Cấu trúc thường dùng イラっとする、イラっとV「来る」

Lưu ý 人の言葉や態度に対してよく使う。
Thường dùng với lời nói hay thái độ của người khác.

---

1 Ⓐ あの言い方、イラッとするよ。
   Ⓑ わかる。

   Ⓐ *Ano ī kata, iratto suru yo.*
   Ⓑ *Wakaru.*

Ⓐ Nghe cái kiểu nói bực cả mình.
Ⓑ Công nhận.

---

2 ★ 最近の学生ってマナー知らなくて、イラッと来るね。

   ★ *Saikin no gakusē tte manā shiranakute, iratto kuru ne.*

★ Bọn trẻ giờ không biết quy tắc lịch sự gì cả, bực cả mình.

27

ピリピリ
Piripiri

Lo sợ, căng thẳng

緊張が高まって、神経質になる様子。
きんちょう　たか　　　　しんけいしつ　　　　よう す

Căng thẳng quá nên để ý tới mọi thứ.

Cấu trúc thường dùng ピリピリする、ピリピリとV

Lưu ý ちょっとしたことに敏感に反応する状態。
びんかん　はんのう　じょうたい

Trạng thái phản ứng thái quá với việc cỏn con.

1　Ⓐ まあまあ、そんなにピリピリしないで。

　Ⓑ 無理だよ。試験は明日なんだから。
　　 むり　　　しけん　あした

Ⓐ *Māmā, sonna ni piripiri shinaide.*
Ⓑ *Muri dayo. Shiken wa ashita nan da kara.*

Ⓐ Thôi nào, sao phải căng thẳng như thế.
Ⓑ Chứ sao nữa. Mai là thi rồi.

2　★ 店長はいつもピリピリしているから、
　　 てんちょう
　　 アルバイトは大変だよ。
　　　　　　　　たいへん

★ *Tenchō wa itsumo piripiri shite iru kara, arubaito wa taihen da yo.*

★ Cửa hàng trưởng lúc nào cũng căng thẳng nên nhân viên làm thêm mệt mỏi lắm.

28

うんざり
Unzari

Chán ngấy, ớn

何かに飽きたりあきれたりして、もういやだと思う様子。

Cảm thấy chán, không thích một điều gì đó.

 Cấu trúc thường dùng うんざりする、うんざりだ、うんざりとV

Lưu ý これ以上、もうがまんできない、という気持ち。

Tâm trạng không thể chịu đựng hơn nữa.

---

1 Ⓐ もう、こんな仕事、うんざり。早く
　　やめたいよ。

　Ⓑ 大変そうだね。

　Ⓐ *Mō, konna shigoto, unzari. Hayaku
　　yametai yo.*

　Ⓑ *Taihen sō da ne.*

Ⓐ Tôi chán ngấy công việc này rồi. Chỉ muốn bỏ quách cho xong.
Ⓑ Đến mức đó cơ à.

---

2 ★ 彼女、人の悪口ばかりで、うんざり
　　する。

　★ *Kanojo, hito no waruguchi bakari de,
　　unzari suru.*

★ Cô ta lúc nào cũng nói xấu người khác nên ớn quá.

混乱	Lúng túng
こんらん	

29 (77)

あたふた
Atafuta

Tất tả, tất bật

ひどくあわてて、全く普通の状態でいられない様子。
まった ふ つう じょうたい ようす

Rất vội vàng, hoàn toàn không ở trạng thái bình thường.

 あたふたする、あたふたとV

Lưu ý 急に時間がない状況になったときなどによく使う。
きゅう じ かん じょうきょう つか

Thường dùng khi đột nhiên rơi vào tình trạng không có thời gian.

---

1 Ⓐ あれもこれもしなければならなくて、
あたふたしています。

Ⓑ 大変ですね。
たいへん

Ⓐ *Are mo kore mo shinakereba naranakute, atafuta shite imasu.*
Ⓑ *Taihen desu ne.*

Ⓐ Tất bật vì phải làm hết việc này đến việc kia.
Ⓑ Chị vất vả quá!

---

2 Ⓐ 田中さんは？
た なか
Ⓑ 社長に急に呼ばれて、あたふたと出て
しゃちょう きゅう よ で
行きました。
い

Ⓐ *Tanaka san wa?*
Ⓑ *Shachō ni kyū ni yobarete, atafuta to dete ikimashita.*

Ⓐ Anh Tanaka đâu rồi?
Ⓑ Giám đốc gọi nên tất tả đi rồi.

オロオロ

Orooro

Luống cuống, hốt hoảng

どうしていいかわからず、落ち着かない様子。

Mất bình tĩnh, không biết làm thế nào.

Cấu trúc thường dùng オロオロする、オロオロとV

Lưu ý 問題の解決方法がわからず、ちょっとしたパニックになっている。

Không biết cách giải quyết vấn đề nên có chút hoảng hốt.

---

1 何もわからなくて、**オロオロ**するばかりです。

Ⓑ 大丈夫ですよ。みんな手伝いますから。

Ⓐ Nani mo wakaranakute, orooro suru bakari desu.

Ⓑ Daijōbu desu yo. Minna tetsudaimasu kara.

Ⓐ Tôi chẳng biết gì nên chỉ biết luống cuống.

Ⓑ Không sao. Mọi người sẽ giúp mà.

---

2 ★ **オロオロ**する必要はないよ。自信持って。

★ Orooro suru hitsuyō wa nai yo. Jishin motte.

★ Không phải cuống. Cứ tự tin lên.

31　　　　　　　　　　　　　　　　　　　　78

もやもや
Moyamoya

Mơ hồ, lờ mờ

心に引っかかることがあり、すっきりしない心の状態。
こころ　ひ　　　　　　　　　　　　　　　こころ　じょうたい

Trạng thái tâm lí không cảm thấy rõ ràng, còn vướng mắc.

Cấu trúc thường dùng もやもやする、もやもやとV

Lưu ý「もや」はうすい霧。心が晴れない状態。
きり　こころ　は　　じょうたい

「もや」nghĩa là sương mỏng. Diễn tả trạng thái tâm trạng không thoải mái.

1　Ⓐ なんか、もやもやするんだよね。
　　Ⓑ まあ、気持ちはわかるけど。
　　　　　　きも

Ⓐ Sao tớ thấy cứ mơ hồ sao ấy.
Ⓑ Ừ, tớ hiểu mà.

Ⓐ *Nanka, moyamoya suru n da yo ne.*
Ⓑ *Mā, kimochi wa wakaru kedo.*

2　★ 気分がもやもやするときは、音楽を
　　　きぶん　　　　　　　　　　　　おんがく
　　聴くようにしています。
　　き

★ Lúc tâm trạng không thoải mái thì tôi hay nghe nhạc.

★ *Kibun ga moyamoya suru toki wa, ongaku o kiku yō ni shite imasu.*

194

32

くよくよ
Kuyokuyo

Bồn chồn, trăn trở

気にかかることがあり、いつまでも、
あれこれ思い悩む心の状態。

Có việc nghĩ tới nên trăn trở suy nghĩ nhiều.

 Cấu trúc thường dùng くよくよする、くよくよとV

Lưu ý 済んだことをいつまでも気にすることについて言う。
Thường nói về việc đã qua nhưng vẫn nghĩ tới.

---

1 Ⓐ いつまでも、くよくよしないほうが
  いいよ。

  Ⓑ ありがとう。

  Ⓐ *Itsumademo, kuyokuyo shinai hō ga
  ī yo.*
  Ⓑ *Arigatō.*

  Ⓐ Thôi đừng cứ mài trăn trở như
  thế nữa.
  Ⓑ Tớ cám ơn.

---

2 Ⓐ そんなことで、くよくよすること
  ないよ。

  Ⓑ うん、わかってる。

  Ⓐ *Sonna koto de, kuyokuyo suru koto
  nai yo.*
  Ⓑ *Un, wakatteru.*

  Ⓐ Sao cứ phải trăn trở vì việc như
  thế làm gì.
  Ⓑ Ừ, tớ biết mà.

心の変化
こころ　へんか

Thay đổi tâm tư

33

ホッと
Hotto

Thở phào, thoải mái

⑲

緊張や不安、心配がなくなって、安心した状態。
きんちょう　ふあん　しんぱい　　　　　　　　　あんしん　じょうたい

Trạng thái yên tâm vì không còn hồi hộp, bất an, lo lắng.

 **ホッとする**

Lưu ý 緊張がなくなり、大きく息をするイメージ。
きんちょう　　　　　　　　おお　　いき

Từ hình ảnh thở phào một hơi to khi không còn hồi hộp nữa.

---

1 Ⓐ 全員無事だと聞いて、ホッとしました。
　　ぜんいんぶじ　　　き

　Ⓑ ご心配をおかけしました。
　　　しんぱい

　Ⓐ *Zen'in buji da to kīte, hotto shimashita.*
　Ⓑ *Goshinpai o okake shimashita.*

Ⓐ Nghe tin mọi người đều bình an mà thở phào.
Ⓑ Xin lỗi đã làm anh phải lo lắng.

---

2 ★ やっぱり、うちに帰るとホッとします。
　　　　　　　　　　かえ

　★ *Yappari, uchi ni kaeru to hotto shimasu.*

★ Được về nhà là thoải mái nhỉ.

34

スッと →p. 48
Sutto

Nhẹ đầu, thoải mái, nhanh chóng

心配や不満、疑問などがなくなり、気持ちが晴れる様子。
しんぱい　ふまん　ぎもん　　　　　　　　　　　　　きも　は　ようす

Không còn lo lắng, bất mãn, nghi vấn nên cảm giác thoải mái.

 スッとする

Lưu ý 不快に思っていたものがなくなり、気分がよくなったときに使う。
ふかい　おも　　　　　　　　　　　　　　きぶん　　　　　　　　　つか

Dùng khi việc khó chịu đã giải quyết xong, tâm trạng tốt lắm.

---

1 Ⓐ 手続きは時間かかりましたか。
　　てつづ　じかん

　 Ⓑ いえ。問題なく、スッとできました。
　　　　もんだい

Ⓐ *Tetsuzuki wa jikan kakarimashita ka?*
Ⓑ *Ie. Mondai naku, sutto dekimashita.*

Ⓐ Làm thủ tục có mất thời gian không?
Ⓑ Không, nhanh chóng không vấn đề gì cả.

---

2 Ⓐ パソコン、直った？
　　　　　　なお

　 Ⓑ やっとね。原因がわかって、スッと
　　　　　　げんいん
　　 したよ。

Ⓐ *Pasokon, naotta?*
Ⓑ *Yatto ne. Gen'in ga wakatte, sutto shita yo.*

Ⓐ Sửa được máy tính chưa?
Ⓑ Cuối cùng cũng sửa được rồi. Biết được nguyên nhân nên nhẹ cả người.

---

35 80

ハッと
Hatto

Bất chợt

急に思い出したり気づいたりする様子。
きゅう おも だ き ようす

Đột nhiên nhớ ra, nhận ra điều gì đó.

 ハッとする

Lưu ý 予期していなかったことがきっかけになることが多い。
よ き おお

Thường dùng với việc không dự đoán trước.

---

1 Ⓐ 先生の言葉にハッとしました。私が
   せんせい ことば わたし
   悪かったんです。
   わる
   Ⓑ そうですか。

   Ⓐ Sensē no kotoba ni hatto shimashita.
   Watashi ga warukatta n desu.
   Ⓑ Sō desu ka.

   Ⓐ Giật mình với câu nói của
   thầy. Là tôi sai rồi.
   Ⓑ Thế hả.

---

2 ★ ハッと気づいたことをメモするよう
        き
   にしています。

   ★ Hatto kizuita koto o memo suru yō ni
   shite imasu.

   ★ Bất chợt nhận ra điều gì thì
   tôi ghi lại ngay.

ふと
Futo

Đột nhiên

特に理由や意識をすることなく、突然に。
<ruby>特<rt>とく</rt></ruby>に<ruby>理由<rt>りゆう</rt></ruby>や<ruby>意識<rt>いしき</rt></ruby>をすることなく、<ruby>突然<rt>とつぜん</rt></ruby>に。

Đột nhiên, không có lí do hay ý thức gì khác.

Cấu trúc thường dùng ふと V「思い出す」「気になる」
ふと V「<ruby>思<rt>おも</rt></ruby>い<ruby>出<rt>だ</rt></ruby>す」「<ruby>気<rt>き</rt></ruby>になる」

Lưu ý 特に理由もなく、なんとなく、という場合に使う。
<ruby>特<rt>とく</rt></ruby>に<ruby>理由<rt>りゆう</rt></ruby>もなく、なんとなく、という<ruby>場合<rt>ばあい</rt></ruby>に<ruby>使<rt>つか</rt></ruby>う。

Dùng trong trường hợp không có lí do gì đặc biệt.

---

1 🅐 ふと思い出したんだけど、トムはどう してるかなあ。

🅑 そうだね、どうしてるかな。

🅐 *Futo omoidashita n dakedo, Tomu wa dō shiteru kanā.*
🅑 *Sō dane, dō shiteru kana.*

🅐 Đột nhiên nhớ ra không biết anh Tom thế nào nhỉ.
🅑 Ừ, không biết dạo này sao.

2 ⭐ あの小さな本屋がどうなったか、ふと 気になったんです。
あの<ruby>小<rt>ちい</rt></ruby>さな<ruby>本屋<rt>ほんや</rt></ruby>がどうなったか、ふと<ruby>気<rt>き</rt></ruby>になったんです。

⭐ *Ano chīsana hon'ya ga dō natta ka, futo ki ni natta n desu.*

⭐ Bất chợt để ý không biết tiệm sách nhỏ kia đã trở nên thế nào.

ゾッと
Zotto

Rùng mình

恐ろしさにふるえたり寒気がしたりする様子。
おそ　　　　　　　　　　さむけ　　　　　　　ようす

Trạng thái run rẩy ớn lạnh trước sự đáng sợ.

 ゾッとする

Lưu ý 「ゾッ」は体がふるえる様子。
からだ　　　ようす

「ゾッ」là diễn đạt trạng thái người run lẩy bẩy.

---

1 Ⓐ ひろし君、危なかったですね。
くん　あぶ
　 Ⓑ ええ。思い出すだけでゾッとします。
おも　だ

Ⓐ *Hiroshi kun, abunakatta desu ne.*
Ⓑ *Ē. Omoidasu dake de zotto shimasu.*

Ⓐ Cậu Hiroshi, khi nãy sợ thật nhỉ.
Ⓑ Ừ, nghĩ tới thôi mà rùng mình.

---

2 Ⓐ 部長と二人で出張に行くかもしれないの？
ぶちょう　ふたり　しゅっちょう　い
　 Ⓑ 私と部長で？　やめてよ、ゾッとする。
わたし　ぶちょう

Ⓐ *Buchō to futari de shucchō ni iku kamo shirenai no?*
Ⓑ *Watashi to buchō de? Yamete yo, zotto suru.*

Ⓐ Có thể cậu sẽ đi công tác với trưởng phòng à?
Ⓑ Tớ với trưởng phòng á? Thôi đi... rùng cả mình!

38

ピンと
Pinto

Chợt nhận ra, biết ngay

瞬間的に、そう感じた様子、自分の気持ちに訴えるものがあると感じた様子。

Cảm nhận trong tích tắc, hoặc thấy đồng cảm.

 ピンと来る

Lưu ý 「ピン」で「直感ですぐそれと感じる」イメージを表している。
「ピン」diễn tả việc "cảm nhận được bằng trực giác".

---

1 Ⓐ あの人が犯人だとピンと来ました。
　Ⓑ そうなんですか。

　Ⓐ *Ano hito ga hannin da to pinto kimashita.*
　Ⓑ *Sō nan desu ka.*

Ⓐ Tớ biết ngay người đó là thủ phạm mà.
Ⓑ Thế hả.

---

2 ★ この壁の色、なんかピンと来ないんだよなあ。

　★ *Kono kabe no iro, nanka pinto konai n da yo nā.*

★ Màu tường này vẫn có gì đó không ổn lắm.

気分
きぶん

Cảm xúc

39

82

さっぱり →p.129、p.155
Sảng khoái, thoải mái

Sappari

不快さや引っかかるところがなく、気持ちのよい様子。
ふ かい   ひ   き も   よう す
Tâm trạng tốt vì không còn sự khó chịu, vướng víu.

Cấu trúc thường dùng さっぱりする、さっぱり V ない「わからない」、さっぱりと V

Lưu ý 不快なもの、心に引っかかるものがなくなったときの気分。
ふ かい   こころ ひ   き ぶん
Tâm trạng khi không còn sự vướng víu, khó chịu.

---

1 **Ⓐ** スポーツやっている人って、さっぱりし
ひと
ている人が多いね。
ひと おお
Ⓑ そうかも。

Ⓐ *Supōtsu yatte iru hito tte, sappari shite
iru hito ga ōi ne.*
Ⓑ *Sō kamo.*

Ⓐ Người chơi thể thao nhiều người thoải mái nhỉ.
Ⓑ Ừ có lẽ thế.

---

2 ★ やっと、この会社をやめられると思うと、
かいしゃ   おも
気分がさっぱりする。
き ぶん

★ *Yatto, kono kaisha o yamerareru to omou
to, kibun ga sappari suru.*

★ Cứ nghĩ cuối cùng cũng bỏ được công ty này mà thấy thoải mái quá.

40

すっきり →p. 154

Sukkiri

Thoải mái, nhẹ nhõm

余計なものや面倒なものがなく、
気持ちがよい様子。

Cảm giác thoải mái khi không còn sự
vướng víu, thừa thãi, khó chịu.

Cấu trúc thường dùng すっきりする、すっきりV、すっきりとV

Lưu ý 余計なもの、はっきりしないものがなくなったときの気分。

Tâm trạng khi không còn sự thừa thãi, lằng nhằng.

---

1 Ⓐ どう？ 少しは気分落ち着いた？
　Ⓑ はい、おかげさまで。だいぶ**すっきり**
　　しました。

　Ⓐ *Dō? Sukoshi wa kibun ochitsuita?*
　Ⓑ *Hai, okagesama de. Daibu sukkiri
　　shimashita.*

Ⓐ Thế nào? Giờ đã bình tĩnh
chưa?
Ⓑ Vâng, cám ơn anh, Tôi thấy
nhẹ nhõm nhiều rồi.

---

2 ★ 言いたいことを言ったら、気持ちが
　　すっきりしました。

　★ *Ītai koto o ittara, kimochi ga sukkiri
　　shimashita.*

★ Nói được điều muốn nói thì
tâm trạng nhẹ nhõm hẳn.

怒り（いか） Nóng giận

41 83

カッと
Katto

Nổi nóng, bực bội

瞬間的に怒り、興奮する様子。
しゅんかんてき　おこ　　こうふん　　よう す

Trạng thái bực tức, hưng phấn trong giây lát.

 Cấu trúc thường dùng カッとする、カッとなる

Lưu ý 瞬間的に頭に血が上るイメージ。
しゅんかんてき　あたま　ち　のぼ

Từ hình ảnh máu chảy nhanh lên não.

---

1 Ⓐ すみません、ついカッとなってしまって。　Ⓐ Xin lỗi vì đã nổi nóng.

Ⓑ いいんです。大丈夫です。　Ⓑ Không sao. Tôi ổn mà.
　　　　　　　　だいじょう ぶ

Ⓐ *Sumimasen, tsui katto natte shimatte.*

Ⓑ *Ī n desu. Daijōbu desu.*

---

2 ★ 先にカッとなったほうが、負けだよ。　★ Người nổi nóng trước
　　さき　　　　　　　　　　　　　　ま　　　　　　　　　　là thua đấy!

★ *Saki ni katto natta hō ga, make da yo.*

42

カチンと
Kachinto

Khó chịu

気持ちを傷つけるようなことに、怒りを感じる様子。

Cảm giác bực bội với điều làm mình tổn thương.

 カチンと V 「来る」

Lưu ý 誰かの一言が非常に不愉快だったときによく使う。

Thường dùng khi thấy rất khó chịu với lời nói của ai đó.

---

1 Ⓐ どうして、そうカチンと来ることばかり
　　言うんだ？
　Ⓑ あなただって、そうじゃない。

　Ⓐ *Dōshite, sō kachin to kuru koto bakari iu
　　n da?*
　Ⓑ *Anata datte , sō ja nai.*

Ⓐ Sao cứ nói những câu khó chịu thế nhỉ?
Ⓑ Cậu cũng thế còn gì.

---

2 ★ 彼の言い方にカチンと来てしまい、
　　連絡をとっていません。

　★ *Kare no īkata ni kachin to kite shimai,
　　renraku o totte imasen.*

★ Khó chịu với cách nói của anh ta nên tôi vẫn chưa liên lạc.

205

ムッと
Mutto

Cau có

怒って、表情が固くなってしまう様子。
<small>おこ　　ひょうじょう　かた　　　　　　　　　　ようす</small>

Nổi giận đến mức mặt đanh lại.

 ムッとする、ムッとV「来る」
<small>く</small>

Lưu ý 外に出さないようにしながらも、怒りで表情が変わる様子を表す。
<small>そと　だ　　　　　　　　　　　　　いか　ひょうじょう　か　　ようす　あらわ</small>

Tuy không thể hiện ra ngoài nhưng nét mặt cũng thay đổi vì giận dữ.

---

1 Ⓐ そんなに**ムッと**しないでよ。

Ⓑ そうなるようなことを言うからでしょ。
<small>い</small>

Ⓐ Đừng có cau có thế mà.
Ⓑ Thì tại anh nói làm người ta như thế còn gì!

Ⓐ *Sonna ni mutto shinaide yo.*
Ⓑ *Sō naru yōna koto o iu kara desho.*

---

2 ★ あんな態度じゃ、**ムッと**されても仕方
<small>たいど　　　　　　　　　　　　　しかた</small>
ないよね。

★ Thái độ thế thì bị cau có cũng đúng thôi.

★ *Anna taido ja, mutto saretemo shikata nai yo ne.*

44

ムカムカ →p.144
Mukamuka

Ghê người, buồn nôn

心の底から怒りがわいて来る様子。
Sự tức giận trào lên từ trong lòng.

 ムカムカする、ムカムカとV

Lưu ý 急に怒りの感情がわいてくること。
Cảm giác bực bội đột nhiên trào lên.

---

1 Ⓐ あいつの顔を見ているだけでムカムカする。
　 Ⓑ まあまあ、そう言わないで。

　 Ⓐ *Aitsu no kao o miteiru dake de mukamuka suru.*
　 Ⓑ *Māmā, sō iwanaide.*

Ⓐ Nhìn thấy mặt hắn là buồn nôn.
Ⓑ Thôi mà, không nên nói thế.

---

2 ★ 思い出したら、またムカムカしてきた。

　 ★ *Omoidashitara, mata mukamuka shite kita.*

★ Nhớ đến là lại thấy ghê người.

45

カンカン
Kankan

Giận tím người

怒りが瞬間的に最高に達している様子。
_{いか　しゅんかんてき　さいこう　たっ　　　　　ようす}
Sự tức giận đạt tới đỉnh điểm.

 カンカンにV「怒る」「なる」、カンカンとV
_{おこ}

(Lưu ý) 瞬間的な怒りが MAX になっているときに使う。
_{しゅんかんてき　いか}　　　　　　　　　　　　　　　　　　　_{つか}
Dùng khi sự tức giận tức thời đạt tới mức cao nhất.

---

1 Ⓐ 早く行った方がいいよ。石川さん、カン
_{はや　い　　ほう}　　　　_{いしかわ}
　　カンに怒ってたから。
_{おこ}
　Ⓑ わかった。ありがとう。

　Ⓐ *Hayaku itta hō ga ī yo. Ishikawa san,*
　　kankan ni okotteta kara.
　Ⓑ *Wakatta. Arigatō.*

Ⓐ Mau đi nhanh lên. Anh Ishikawa đang giận tím người rồi.
Ⓑ Biết rồi, tớ cám ơn.

---

2 ★ そんなことをしたら、社長、カンカンに
_{しゃちょう}
　　なると思うよ。
_{おも}

　★ *Sonna koto o shitara, shachō, kankan ni*
　　naru to omou yo.

★ Làm thế là giám đốc giận tím người đấy!

ベトナム語さくいん
Tra cứu tiếng Việt

*Theo tuần tự bảng chữ cái

*Theo tuần tự bảng chữ cái

● 著者

清ルミ Rumi Sei

常葉大学外国語学部教授。アメリカ国務省日本語研修所専任教官、NHK教育テレビ日本語講座講師、EU-Japan Centre for Industrial Cooperation 日本言語文化研修責任者などを歴任。主な著書に『気持ちが伝わる日本語会話　基本表現 180』『日本人がよく使う 日本語会話 お決まり表現180』（以上、Ｊリサーチ出版）、『優しい日本語──英語にできない「おかげさま」のこころ』『ナイフとフォークで冷奴──外国人には理解できない日本人の流儀』（以上、太陽出版）などがある。

レイアウト・DTP	オッコの木スタジオ
カバーデザイン	花本浩一
本文イラスト	太田 DOKO
翻訳	Ngyuen Van Anh / Duong Thi Hoa

ご意見・ご感想は下記の URL までお寄せください。
https://www.jresearch.co.jp/contact/

ベトナム語版
日本人がよく使う 日本語会話 オノマトペ基本表現 180

令和 3 年（2021年）10 月 10 日　初版 第 1 刷発行

著　者	清ルミ
発行人	福田富与
発行所	有限会社 Ｊリサーチ出版
	〒166-0002　東京都杉並区高円寺北 2-29-14-705
電　話	03(6808)8801（代）　FAX　03(5364)5310
編集部	03(6808)8806
	https://www.jresearch.co.jp
	twitter 公式アカウント　@ Jresearch_
	https://twitter.com/Jresearch_
印刷所	中央精版印刷株式会社

ISBN 978-4-86392-528-1